ഗാന്ധിജിയുടെ ജീവിതകഥ

gandhijiyude jeevithakadha

•

payyanur kunjiraman

•

first edition
october 2018

•

typesetting & published
chintha publishers, thiruvananthapuram

•

cover
vinod

വിതരണം

ദേശാഭിമാനി ബുക്ക് ഹൗസ്

H O തിരുവനന്തപുരം-695 035
phone: 0471-2303026, 6063026
www.chinthapublishers.com
chinthapublishers@gmail.com

ബ്രാഞ്ചുകൾ

ഹെഡ്ഡാഫീസ് ബ്രാഞ്ച് കുന്നുകുഴി • സ്റ്റാച്യു തിരുവനന്തപുരം • കെ എസ് ആർ ടി സി ബസ് സ്റ്റേഷൻ ആലപ്പുഴ • കെ എസ് ആർ ടി സി ബസ് സ്റ്റേഷൻ എറണാകുളം • മച്ചിങ്ങൽ ലെയ്ൻ തൃശൂർ • ഐ ജി റോഡ് കോഴിക്കോട് • മാവൂർ റോഡ് കോഴിക്കോട് • എൻ ജി ഒ യൂണിയൻ ബിൽഡിങ് കണ്ണൂർ • സെൻട്രൽ ബസ് ടെർമിനൽ കോംപ്ലക്സ് താവക്കര കണ്ണൂർ

CO - 2711 / 4768
ISBN - 978-93-87842-86-1

ഗാന്ധിജിയുടെ ജീവിതകഥ

പയ്യന്നൂർ കുഞ്ഞിരാമൻ

ചിന്ത പബ്ലിഷേഴ്സ്
തിരുവനന്തപുരം-695 035

പയ്യന്നൂർ കുഞ്ഞിരാമൻ

ശ്രദ്ധേയമായ രചനകളിലൂടെ പൊരുതുന്ന ജനതയ്ക്ക് ആവേശം പകരുന്ന എഴുത്തുകാരൻ. അദ്ധ്യാപകൻ, പ്രഭാഷകൻ, സാക്ഷരതാ പ്രവർത്തകൻ, വിവർത്തകൻ, ബാലസാഹിത്യകാരൻ, ജീവചരിത്രകാരൻ, കോളമിസ്റ്റ് എന്നീ നിലകളിൽ സാന്നിദ്ധ്യം. നിരഞ്ജനയുടെ രചനകളാണ് കൂടുതലും വിവർത്തനം ചെയ്തത്. ബസവേശ്വരന്റെ വചനങ്ങളുടെ പരിഭാഷാ വർക്ക്ഷോപ്പിൽ ഡോ. എം എം കൽബുർഗിയോടൊപ്പം പങ്കെടുത്തിരുന്നു. പുരോഗമന കലാസാഹിത്യ സംഘം സംസ്ഥാന കമ്മിറ്റിയംഗമാണ്. ഇപ്പോൾ സംസ്ഥാന ബാലസാഹിത്യ ഇൻസ്റ്റിറ്റ്യൂട്ട് ഭരണ സമിതി മെമ്പറുമാണ്. സാക്ഷരതാമിഷൻ എക്സിക്യൂട്ടീവ് കമ്മിറ്റിയിൽ അംഗമായിരുന്നു. വിവിധ സാഹിത്യ ശാഖകളിലായി 75 ഗ്രന്ഥങ്ങൾ പ്രസിദ്ധീകരിച്ചു. *ചരിത്രസാക്ഷ്യം, പാർട്ടി പിറന്നവഴികൾ, നായനാരുടെ ജീവിതകഥ, പെരുങ്കളിയാട്ടം, ഇ എം എസ്, എ കെ ജി, പി കൃഷ്ണപിള്ള, പത്മനാഭന്റെ വഴിയിൽ, മുരിങ്ങമരം ചാഞ്ഞവീട്* എന്നിവ പ്രധാന കൃതികൾ.

വിലാസം : ശ്രീഹരി
ചാലക്കോട് പി ഒ
പയ്യന്നൂർ 670307

മൊബൈൽ : 9447209774

ഉള്ളടക്കം

പ്രസാധകക്കുറിപ്പ്

മഹാത്മാഗാന്ധി പുനർവായിക്കപ്പെടേണ്ടതും പുനർ നിർണ്ണയിക്കപ്പെടേണ്ടതും ആവശ്യമായിത്തീർന്നിരിക്കുന്ന ഒരു കാലഘട്ടത്തിലൂടെയാണ് ഇന്ത്യ കടന്നുപൊയിക്കൊണ്ടിരിക്കുന്നത്. എഴുത്തിനും വായനയ്ക്കും നേരെ ഉയർന്നുതാണുകൊണ്ടിരുന്ന മതഭ്രാന്തിന്റെയും അധികാരഗർവ്വിന്റെയും ഉടവാൾ സ്വതന്ത്രചിന്തയുടെ നേർക്കും ഉയർത്തപ്പെട്ടിരിക്കുകയാണ്. ചരിത്രസത്യങ്ങളുടെ നേർക്കു കണ്ണടച്ച് ഇരുട്ടാക്കിക്കൊണ്ടിരുന്ന തമസ്സിന്റെ ശക്തികൾ ജനജീവിതത്തെയാകെ ഇരുളിലാക്കുന്ന വിധ്വംസക പ്രവർത്തനങ്ങളിൽ വ്യാപരിച്ചിരിക്കുകയാണ്. ഗാന്ധിവധം പല നിലകളിൽ ഇന്ത്യയെ ഇരുളിലേക്കു നയിച്ചു. അതിന്റെ പിന്നിൽ പ്രവർത്തിച്ച പ്രത്യയശാസ്ത്രം ഇന്നു കൂടുതൽ ശക്തിപ്പെട്ടിരിക്കുന്നു. ഹിംസയുടെ ലോകത്ത് അഹിംസയും നുണകളുടെ ലോകത്ത് സത്യവും നടത്തുന്ന പോരാട്ടങ്ങൾ അശ്വവേഗതയിൽ ശക്തിപ്പെടേണ്ടതുണ്ട്.

ഈ സാഹചര്യത്തിലാണ് ഗാന്ധിജിയുടെ 150-ാം ജന്മദിനം കടന്നുവരുന്നത്. ഈ സന്ദർഭം വലിയൊരു സംവാദത്തിന് അരങ്ങൊരുക്കിയിരിക്കുന്നു. ഈ സംവാദത്തിൽ ഇടപെടൽ നടത്തുന്ന ഒരു പുസ്തകപരമ്പര പ്രസിദ്ധീകരിക്കുന്നത് ചിന്ത ഒരു കടമയായി ഏറ്റെടുക്കുകയാണ്.

ഈ പുസ്തക പരമ്പരയിലെ ആദ്യ പുസ്തകം ഗാന്ധി എന്ന മോഹൻദാസ് കരംചന്ദ് ഗാന്ധിയുടെ ജീവിതകഥയെ സംബന്ധിച്ചതാണ്. *ഗാന്ധിജിയുടെ ജീവിതകഥ* എന്ന ഈ പുസ്തകം രചിച്ചിരിക്കുന്നത് പ്രശസ്ത ഗ്രന്ഥകാരനായ പയ്യന്നൂർ കുഞ്ഞിരാമനാണ്. ഏറ്റവും ലളിതമായി രചിച്ചിരിക്കുന്ന ഈ പുസ്തകം വായനാലോകം ഇരുകൈകളും നീട്ടി സ്വീകരിക്കും എന്ന ഉറപ്പോടെ.,

ചിന്ത പബ്ലിഷേഴ്സ്

ജനനവും പഠനവും

ഇന്ത്യൻ ദേശീയപ്രസ്ഥാനത്തിന്റെ അമരക്കാരനായിരുന്നു ഗാന്ധിജി. പാവങ്ങൾക്കുവേണ്ടി ഉഴിഞ്ഞുവച്ച ആ ജീവിതം ഇന്ന് നമ്മോടൊപ്പമില്ല. എങ്കിലും അദ്ദേഹത്തിന്റെ ചിന്തകൾക്ക് പ്രസക്തി കൂടി വരുന്നു. ആ വ്യക്തിത്വവും ആദർശദീപ്തിയും ജനങ്ങളെ സ്വാധീനിച്ചുകൊണ്ടിരിക്കുന്നു. പകയും വിദ്വേഷവും നിറഞ്ഞ ലോകത്ത് ഗാന്ധിജി സ്നേഹത്തിന്റെയും ശാന്തിയുടെയും പ്രഭാപ്രസരമായിത്തീരുന്നു.

ഗാന്ധിജിയുടെ ജീവിതം സത്യാന്വേഷണമായിരുന്നു. അഹിംസ അദ്ദേഹം ജീവിതവ്രതമാക്കി. സദാ സമൂഹത്തോട് മമത പുലർത്തി.

യുഗപ്രഭാവനായിരുന്നു ഗാന്ധിജി.

ഇത്തരം ഗുണങ്ങൾ ഗാന്ധിജിക്ക് പകർന്നു കിട്ടിയത് മാതാപിതാക്കളിൽനിന്നാണ്. പിതാവ് കരംചന്ദ് ഗാന്ധി തികഞ്ഞ രാജ്യസ്നേഹിയും സത്യസന്ധനുമായിരുന്നു. പണമോഹം ഒട്ടും ഇല്ലായിരുന്നു. ഉയർന്ന വിദ്യാഭ്യാസമൊന്നും അദ്ദേഹം നേടിയിരുന്നില്ല. എങ്കിലും വേണ്ടത്ര അനുഭവസമ്പത്തുണ്ടായിരുന്നു.

അമ്മ പുത്‌ലീഭായ് ഈശ്വരവിശ്വാസിയായിരുന്നു. വിഷ്ണുക്ഷേത്രത്തിൽ പോകുന്നത് അവരുടെ ദിനകൃത്യങ്ങളിലൊന്നായിരുന്നു. ചതുർമാസവ്രതം അവർ കൃത്യമായി അനുഷ്ഠിച്ചു. ദിവസവും പൂജ കഴിയാതെ ജലം പോലും കഴിച്ചിരുന്നില്ല. അമ്മ ബുദ്ധിമതിയായിരുന്നു. രാജ്യകാര്യങ്ങളിലും അതീവ ശ്രദ്ധ പുലർത്തിയിരുന്നു.

ഈ ദമ്പതിമാരുടെ ഇളയ പുത്രനായി 1869 ഒക്ടോബർ 2 നാണ് കഥാപുരുഷൻ ജനിച്ചത്. മാതാപിതാക്കളുടെ ശീലഗുണങ്ങൾ പുത്രനിലും ദൃശ്യമായി. സത്യം പറയണമെന്ന ചിന്ത കുട്ടിക്കാലത്തെയുണ്ടായി. കളവ് പറയരുതെന്നും മനസ്സിലാക്കി.

ഒരിക്കൽ ഇൻസ്പെക്ടർ സ്കൂളിൽ പരിശോധനയ്ക്ക് വന്നു. ഇൻസ്പെക്ടർ കുട്ടികൾക്ക് കേട്ടെഴുത്ത് നല്കി. മോഹൻദാസ് ഒരു വാക്ക് തെറ്റിച്ചെഴുതി. അദ്ധ്യാപകൻ ഇത് കണ്ടു. അയാൾ മോഹൻദാസിന്റെ സമീപം വന്നു നിന്നു. അടുത്ത കുട്ടിയെഴുതിയതു നോക്കി വാക്ക് തിരുത്തിയെഴുതാൻ അയാൾ ആംഗ്യം കാട്ടി. മോഹൻദാസ് അനുസരിച്ചില്ല. കോപ്പിയടിക്കുന്നതു തെറ്റാണെന്ന് മോഹൻദാസ് വിശ്വസിച്ചു. സത്യത്തിൽനിന്നുള്ള വ്യതിചലനമാണത്. അദ്ധ്യാപകൻ ഇതിന്റെ പേരിൽ പിന്നീട് വഴക്ക് പറഞ്ഞു. മോഹൻദാസിന് വിഷമമുണ്ടായില്ല. അദ്ധ്യാപകനോട് ദേഷ്യവും തോന്നിയില്ല. ഈ നിലപാട് മോഹൻദാസ് ജീവിതാന്ത്യം വരെ കാത്തുസൂക്ഷിച്ചു.

സ്കൂൾ പഠനകാലത്തുതന്നെയാണ് മോഹൻദാസ് *ഹരിശ്ചന്ദ്ര ചരിതം* നാടകം കണ്ടത്. മോഹൻദാസ് നാടകം കാണാൻ ചെന്നു. കർട്ടനുയർന്നു. രംഗത്ത് ഹരിശ്ചന്ദ്രമഹാരാജാവ്. അദ്ദേഹത്തിന്റെ പത്നി ചന്ദ്രമതി. മകൻ ലോഹിതാശ്വൻ. സത്യം പാലിക്കുന്നതിനായി രാജാവ് രാജ്യം വിശ്വാമിത്രന് ദാനം ചെയ്തു. അതുകൊണ്ടും മതിയാകാതെ വന്നപ്പോൾ പത്നിയെയും മകനെയും ദാനം നല്കി. എന്നിട്ടും ഹരിശ്ചന്ദ്രൻ സത്യത്തിൽനിന്നും വ്യതിചലിച്ചില്ല. ഒടുവിൽ രാജാവ് ചുടലക്കളത്തിന്റെ കാവല്ക്കാരനായി. ഒരുദിവസം രാത്രി ഭാര്യ ചന്ദ്രമതി മകന്റെ മൃതദേഹവും കൊണ്ട് ചുടുകാട്ടിൽ വരികയാണ്. ശവദാഹത്തിന് ഹരിശ്ചന്ദ്രൻ പണം ആവശ്യപ്പെട്ടു. ഇങ്ങനെ സത്യം പാലിക്കുന്നതിൽ ബന്ധം പോലും അവഗണിച്ച ഹരിശ്ചന്ദ്രൻ മോഹൻദാസിന്റെ ഹൃദയം കവർന്നു. നാടകം തീർന്നപ്പോൾ മോഹൻദാസും കരഞ്ഞുപോയി.

ഹരിശ്ചന്ദ്രനെപ്പോലെ സത്യസന്ധത പാലിക്കുവാൻ തനിക്കും കഴിയണമെന്ന് മോഹൻദാസ് ചിന്തിച്ചു. ഹരിശ്ചന്ദ്രനെപ്പോലെ എന്തു പരീക്ഷണത്തിനും തയ്യാറാകണം. നാടകത്തിലെ രംഗങ്ങളോർത്ത് മോഹൻദാസ് പിന്നെയും പിന്നെയും കരഞ്ഞിട്ടുണ്ട്.

ശ്രവണപിതൃഭക്തി എന്ന നാടകം വായിച്ചതും സ്കൂളിൽ പഠിക്കുമ്പോഴാണ്. താല്പര്യത്തോടെ നാടകം വായിച്ചു. ആ പുസ്തകത്തെ ആസ്പദമാക്കിയുള്ള ചിത്രങ്ങളും പിന്നീട് കാണുകയുണ്ടായി. ശ്രവണൻ മാതാപിതാക്കളെ ചുമലിലെടുത്ത് തീർത്ഥയാത്രയ്ക്ക് കൊണ്ടുപോകുന്ന രംഗം മോഹൻദാസിനെ അത്യധികം സ്വാധീനിച്ചു. മാതാപിതാക്കൾ അന്ധരായിരുന്നു. മകന്റെ കടമ ശ്രവണൻ അതീവ താല്പര്യത്തോടെ നിർവ്വഹിച്ചു. ശ്രവണനെ മാതൃകയാക്കണമെന്നും മോഹൻദാസിന് തോന്നി.

ഹരിശ്ചന്ദ്രനും ശ്രവണനും ജീവിച്ചിരുന്ന വ്യക്തികളല്ലായിരിക്കാമെന്ന് മോഹൻദാസ് ചിന്തിച്ചു. പക്ഷേ, അവർ നല്കുന്ന പാഠങ്ങൾ ഏറ്റവും വിലപ്പെട്ടതാണ്.

കുട്ടിക്കാലത്ത് മനസ്സിൽ തറച്ച അനുഭവങ്ങൾ ഭാവിജീവിതത്തെ രൂപപ്പെടുത്തുന്നതിൽ നിർണ്ണായക പങ്ക് വഹിക്കും. ഗാന്ധിജിയുടെ

ജീവിതം തന്നെ ഇതിന് തെളിവ്. ഹരിശ്ചന്ദ്രന് എന്തെല്ലാം പരീക്ഷണങ്ങൾ നേരിടേണ്ടിവന്നു. ശ്രവണൻ മാതാപിതാക്കളെ എത്രമാത്രം സ്നേഹിച്ചു. സ്നേഹം ആത്മശക്തിയായി തീരണം. സത്യം ജീവിതവ്രതമാക്കണം. നമ്മുടെ പ്രവൃത്തികളെല്ലാം സത്യത്തിൽ ഊന്നുന്നതാകണം.

സ്കൂൾ പഠനകാലത്താണ് ഗാന്ധിജി വിവാഹിതനായത്. സമപ്രായക്കാരിയായ കസ്തൂർബാ ആയിരുന്നു വധു.

വിവാഹത്തിനുശേഷവും പഠനം തുടർന്നു. സ്കൂളിലെ അദ്ധ്യാപകർ മോഹൻദാസിനെ അത്യധികം ഇഷ്ടപ്പെട്ടിരുന്നു. സ്വഭാവത്തിലും പഠിപ്പിലും മോഹൻദാസ് മുന്നിട്ടുനിന്നു. പഠിപ്പിൽ മികവ് പുലർത്തിയതിന് സമ്മാനങ്ങളും കിട്ടി. പഠനത്തേക്കാൾ സ്വഭാവശുദ്ധിക്കാണ് മോഹൻദാസ് പ്രാധാന്യം കല്പിച്ചത്. വിനയം, ത്യാഗം, സേവനം എന്നിവ വ്യക്തിയുടെ സ്വഭാവഗുണങ്ങളാകണം. സ്വാർത്ഥത കൂടാതെ ഇടപെടാൻ കഴിയണം. മനുഷ്യനെ മൃഗത്തിൽനിന്നും വ്യത്യസ്തനാക്കുന്നത് സ്വഭാവഗുണങ്ങളാണ്. സ്വന്തം സുഖസൗകര്യങ്ങളെക്കുറിച്ചുമാത്രം ആരും ചിന്തിക്കരുത്. മറ്റുള്ളവരും നമ്മുടെ സഹോദരങ്ങളാണെന്ന ചിന്തയുണ്ടാകണം.

കൂട്ടുകെട്ടിലൂടെ ദുശ്ശീലങ്ങളിലേക്ക് നീങ്ങിപ്പോയ അനുഭവങ്ങളും ഗാന്ധിജിക്കുണ്ടായി. ഹൈസ്കൂളിൽ പഠിക്കുമ്പോൾ ഒരു സഹപാഠിയുമായി ഉറ്റബന്ധം സ്ഥാപിച്ചു. ആ ചങ്ങാതി ദുശ്ശീലങ്ങളിലേക്ക് നയിച്ചു. ജ്യേഷ്ഠനും അമ്മയും ആ ചങ്ങാത്തം ഉപേക്ഷിക്കണമെന്ന് മോഹൻദാസിനോട് പറഞ്ഞു. എന്നാൽ മോഹൻദാസ് അതനുസരിച്ചില്ല. കൂട്ടുകാരനെ നേർവഴിക്ക് നയിക്കാനാകുമെന്ന് മോഹൻദാസിന് തോന്നി.

മോഹൻദാസിന് ധൈര്യം പകരുവാനാണ് ചങ്ങാതി ആദ്യം ശ്രദ്ധിച്ചത്. നല്ല ധൈര്യവും തന്റേടവും കിട്ടുന്നതിന് മാംസം കഴിക്കണമെന്ന് കൂട്ടുകാരൻ ഉപദേശിച്ചു. അദ്ധ്യാപകരിൽ പലരും മദ്യവും മാംസവും കഴിക്കാറുണ്ട്. ബ്രിട്ടീഷുകാർക്ക് ശക്തിയും ധൈര്യവും കിട്ടിയത് മാംസം കഴിച്ചതുകൊണ്ടാണ്. ഓട്ടത്തിലും ചാട്ടത്തിലും ഒന്നാമനാകാനും മാംസാഹാരിക്ക് കഴിയും.

മോഹൻദാസിന്റെ മനസ്സ് കൂട്ടുകാരൻ മാറ്റിയെടുത്തു. ലജ്ജാഭാവം ഇല്ലാതാക്കി. രാത്രിയിൽ പുറത്തിറങ്ങാൻ മോഹൻദാസിന് ഭയമായിരുന്നു. ഇരുട്ടത്ത് പ്രേതങ്ങളും പിശാചുക്കളും ഉണ്ടാകുമെന്ന് വിശ്വസിച്ചിരുന്നു. മാംസഭക്ഷണം എല്ലാറ്റിനും പരിഹാരമുണ്ടാക്കുമെന്ന് ചങ്ങാതി വിശദീകരിച്ചു.

ഗാന്ധിജി വൈഷ്ണവജാതിക്കാരനായിരുന്നു. അവർക്ക് മാംസഭക്ഷണം നിഷിദ്ധമായിരുന്നു. എന്നാൽ കൂട്ടുകാരന്റെ പ്രേരണയ്ക്ക് വഴങ്ങി മാംസം കഴിച്ചു. ആട്ടിൻ മാംസമായിരുന്നു. അതിന്റെ മണം മൂക്കിലടിച്ചപ്പോൾ വല്ലായ്മ തോന്നി. സുഹൃത്ത് നിർബ്ബന്ധിച്ചുകൊണ്ടിരുന്നു. മാംസക്കഷണം തോലിന്റെ കടുപ്പമുള്ളതായിരുന്നു. ചവച്ചരയ്ക്കാൻ

തന്നെ ബുദ്ധിമുട്ടി.

തിന്നതോടെ ഛർദ്ദിക്കാൻ തോന്നി. ദേഹം വിയർത്തു. ചങ്ങാതി പിന്നെയും പ്രേരിപ്പിച്ചുകൊണ്ടിരുന്നു. മോഹൻദാസ് ഇറച്ചിപ്പൊതി ചുരുട്ടി ക്കൂട്ടി ദൂരേക്കെറിഞ്ഞു. പുഴയിലിറങ്ങി കൈകഴുകി വീട്ടിലേക്ക് നടന്നു.

ചെന്നപാടെ കിടന്നു. തലപുകയുന്നതുപോലെ. അന്നുരാത്രി വീട്ടിലെ ഭക്ഷണം കഴിച്ചില്ല. സുഖമില്ലെന്നു പറഞ്ഞ് ഒഴിഞ്ഞുമാറി. കിട ന്നിട്ടും ഉറക്കം വന്നില്ല. വയറ്റിൽ വല്ലാത്ത അസ്വസ്ഥത. മാംസക്കഷണം വയറ്റിൽ ആടായി രൂപം പ്രാപിക്കുന്നതുപോലെ. വയറ്റിൽനിന്ന് ആട് കരയുന്നതുപോലെ. അവിടെക്കിടന്ന് പിടയുന്നു. വീണ്ടും വീണ്ടും നില വിളിക്കുന്നു.

മോഹൻദാസ് ഭയത്തോടെ എഴുന്നേറ്റിരുന്നു. ആകെ വിയർത്തു കുളിച്ചിരിക്കുന്നു. ഒരു വിധം നേരം പുലർത്തി. കൂട്ടുകെട്ടിലൂടെയുണ്ടായ ദുശ്ശീലം തന്നത്താൻ തിരുത്തി. മറ്റൊരു ശീലവും അക്കാലത്തുണ്ടായി. അത് പുകവലിയാണ്. പുകവലിയിൽ ഗുണമുള്ളതുകൊണ്ടല്ല അതിൽ ഭ്രമിച്ചത്. വായ്ക്കകത്തുനിന്നും പുക പുറത്തുവിടാനുള്ള ഒരു തരം ആനന്ദം. ഗാന്ധിജിയുടെ അമ്മാവൻ പുകവലിച്ചിരുന്നു. ആദ്യമാദ്യം അമ്മാവൻ എറിഞ്ഞുകളഞ്ഞ സിഗരറ്റുക്കുറ്റികൾ വലിച്ചു. പിന്നെ പിന്നെ പണം കൊടുത്ത് വാങ്ങി വലിച്ചു. കൈയിലെ പൈസ തീർന്നപ്പോൾ വേലക്കാരന്റെ പണം മോഷ്ടിച്ചു. കടം വാങ്ങിയും പുകവലി തുടർന്നു. കടം തീർക്കാൻ വഴിയെന്തെന്ന് ആലോചിച്ചു. ജ്യേഷ്ഠന്റെ സ്വർണ്ണവള ഓർമ്മയിലെത്തി. അതിൽനിന്ന് ഒരു കഷ്ണം മുറിച്ചെടുത്ത് വിറ്റ് കടം തീർത്തു.

എന്നാൽ താൻ തെറ്റു ചെയ്തെന്ന ചിന്ത മോഹൻദാസിനെ അലട്ടി. സത്യസന്ധനായിട്ടും മോഷ്ടിച്ചു. പൊറുക്കാനാവാത്ത തെറ്റാണത്. ആലോചിക്കുന്തോറും ഹൃദയം ദുർബ്ബലമായി. ഇനി കളവ് നടത്തില്ലെ ന്നുറച്ചു. എങ്കിലും ചെയ്തുപോയ തെറ്റിന് പ്രായശ്ചിത്തം ചെയ്യണം. അച്ഛനോട് മാപ്പ് പറഞ്ഞ് മനസ്സിന്റെ ഭാരം കുറയ്ക്കണം.

നേരിട്ട് അച്ഛനോട് പറയാൻ മടിച്ചു. അച്ഛൻ സുഖമില്ലാതെ കിടപ്പി ലായിരുന്നു. ഒരു കത്തിൽ എല്ലാം വിശദീകരിച്ചു. ആ കത്ത് അച്ഛന് നല്കി. അദ്ദേഹം കത്ത് വായിച്ചു. വായിക്കുന്തോറും അദ്ദേഹത്തിന്റെ കണ്ണുകൾ നിറഞ്ഞു. കണ്ണീർ വീണ് കത്ത് നനഞ്ഞു. മകനെ അദ്ദേഹം ഒന്ന് നോക്കി. പിന്നെ കത്ത് കീറിക്കളഞ്ഞു.

മോഹൻദാസ് പൊട്ടിക്കരഞ്ഞുപോയി..

ആ കണ്ണീർ കൊണ്ട് പാപം കഴുകിക്കളഞ്ഞു.

ഗാന്ധിജിയെ സംബന്ധിച്ചിടത്തോളം അഹിംസയുടെ മറ്റൊരു പാഠ മായിരുന്നു ഇത്. അച്ഛൻ ശകാരിക്കുമെന്നും അടിക്കുമെന്നും കരുതി. പക്ഷേ, സ്നേഹംകൊണ്ട് ആ പിതാവ് മകനെ ആശ്ലേഷിച്ചു. മകന്റെ മനസ്സ് പരിശുദ്ധമാക്കി.

സ്നേഹത്തിന്റെ ശക്തി ഗാന്ധിജി തിരിച്ചറിയുകയായിരുന്നു.

അച്ഛന്റെ രോഗം കൂടി വരികയായിരുന്നു. അമ്മയോടൊപ്പം മകനും ശുശ്രൂഷയിലേർപ്പെട്ടു. അച്ഛന്റെ മുറിവുകൾ വച്ചുകെട്ടുക, മരുന്നുകൾ കൊടുക്കുക എന്നിവ മകന്റെ ചുമതലയായി. രാത്രിയിൽ അച്ഛന്റെ കാല് തിരുമ്മിക്കൊടുത്തു. നിറഞ്ഞ സ്നേഹത്തോടെയാണ് മകൻ എല്ലാം ചെയ്തത്.

വൈദ്യന്മാർ മാറി മാറി അച്ഛനെ ചികിത്സിച്ചു. സ്ഥിതി അനുദിനം മോശമായിത്തീർന്നു.

ഒടുവിൽ ഒരു രാത്രി എല്ലാവരെയും കരയിപ്പിച്ച് ആ പിതാവ് കടന്നു പോയി.

അച്ഛനെ പരിചരിക്കുന്ന അവസരത്തിൽ മതപരമായ കാര്യങ്ങൾ മനസ്സിലാക്കാൻ ഗാന്ധിജിക്ക് കഴിഞ്ഞിരുന്നു. വൈഷ്ണവകുലത്തിൽ ജനിച്ചതുകൊണ്ട് വിഷ്ണുക്ഷേത്രത്തിൽ പോകുമായിരുന്നു. ക്ഷേത്രത്തിന്റെ തിളക്കവും മോടിയും അദ്ദേഹത്തിനിഷ്ടമായില്ല. എങ്കിലും രാമനാമം ജപിക്കുവാൻ കുട്ടിക്കാലത്തുതന്നെ ശീലിച്ചിരുന്നു

അച്ഛനെ *രാമായണം* വായിച്ചു കേൾപ്പിക്കുമ്പോൾ മകനും ചെന്നിരിക്കുമായിരുന്നു. *രാമായണ*ത്തോട് താല്പര്യം വർദ്ധിപ്പിക്കുവാൻ ഇതിടയാക്കി. ഭക്തിസാഹിത്യത്തിലെ മഹത്തായ ഗ്രന്ഥമായി *രാമായണ*ത്തെ കരുതി.

എല്ലാമതങ്ങളെയും സഹിഷ്ണുതയോടെ സമീപിക്കുവാൻ ഗാന്ധിജി ശീലിച്ചു. അച്ഛനെ കാണാൻ ജൈനസന്ന്യാസിമാരും മുസ്ലീം പാഴ്സി സുഹൃത്തുക്കളും വരുമായിരുന്നു. അവരോടെല്ലാം വിനയത്തോടും ആദരവോടും കൂടിയാണ് സംസാരിച്ചിരുന്നത്.

ഗാന്ധിജിയെ ഇതെല്ലാം സ്വാധീനിക്കുകയായിരുന്നു. എല്ലാ മതത്തിന്റെയും അടിസ്ഥാനം സദാചാരമാണ്. അതിന്റെ സാരം സത്യമാണ്. ഗുജറാത്തിയിലുള്ള ഒരു പാഠഭാഗം ഗാന്ധിജിയെ വളരെ സ്വാധീനിക്കുകയുണ്ടായി, “ഒരു പാത്രം വെള്ളത്തിനുപകരം വിഭവസമൃദ്ധമായ ആഹാരം നല്കുക. ദയാപൂർവ്വമായ ആശീർവ്വാദത്തിനു മുന്നിൽ മുട്ടുകുത്തുക. ഒരു കൊച്ചു കാശിനുപകരം വരാഹൻ നല്കുക. നിന്റെ ജീവൻ രക്ഷിച്ചവനുവേണ്ടി ജീവൻ നല്കാൻ മടിക്കാതിരിക്കുക.”

മനുഷ്യരെ ഒന്നായി കാണണമെന്ന ബോധം ഗാന്ധിജിയിലുണർന്നു. തിന്മ ചെയ്യുന്നവർക്ക് നന്മ ആശംസിക്കണം.

ഇംഗ്ലണ്ട് ജീവിതം

മെട്രിക്കുലേഷൻ പാസായശേഷം മോഹൻദാസിന്റെ ഉപരിപഠനത്തെക്കുറിച്ച് വീട്ടിൽ ആലോചന നടന്നു. കുടുംബത്തിന്റെ ഉപദേഷ്ടാവ് ഇക്കാര്യത്തിൽ ഉചിതമായ തീരുമാനം മുന്നോട്ട് വച്ചു. മോഹൻദാസിനെ ഇംഗ്ലണ്ടിലേക്ക് നിയമം പഠിപ്പിക്കണം. ബാരിസ്റ്ററായി ഇന്ത്യയിൽ മടങ്ങിയെത്തണം.

മോഹൻദാസ് അത്യധികം സന്തോഷിച്ചു.

അമ്മയാണ് ഏറെ വിഷമിച്ചത്. അതിനുമുമ്പ് ആരും തന്നെ വിദേശത്ത് പോയിട്ടില്ലായിരുന്നു. മതാചാരപ്രകാരവും വിദേശയാത്ര പാടില്ല. മാത്രമല്ല ഇംഗ്ലണ്ടിൽ പോയാൽ ദുശ്ശീലങ്ങൾക്കടിമയാവും. മാംസം കഴിക്കേണ്ടി വരും. മദ്യം കഴിക്കാനിടയാകും. അമ്മയുടെ ആശങ്ക മകൻ ദൂരീകരിച്ചു. മദ്യവും മാംസവും തൊടില്ലെന്ന് അമ്മയുടെ മുന്നിൽ സത്യം ചെയ്തു. എന്നിട്ടും അമ്മയ്ക്ക് സമാധാനം കിട്ടിയില്ല അവർ മകനെ ജൈവസന്ന്യാസിയുടെ മുന്നിൽ കൂട്ടിക്കൊണ്ടുപോയി. സന്ന്യാസി മകനെക്കൊണ്ട് പ്രതിജ്ഞ ചെയ്യിച്ചു. മദ്യം, മാംസം, സ്ത്രീ ഈ മൂന്നും തൊടുകയില്ല. അതോടെ അമ്മ അനുമതി നല്കി. സ്കൂളിൽ വച്ച് മോഹൻദാസിന് യാത്രയയപ്പ് നല്കുകയും ചെയ്തു.

വിദേശയാത്രയിൽ ക്ഷോഭിച്ചത് സമുദായക്കാരാണ്. മതാചാരപ്രകാരം വിദേശയാത്ര പാടില്ല. അവിടെ പോയാൽ മതകാര്യങ്ങളിൽ വിട്ടുവീഴ്ച ചെയ്യേണ്ടിവരും. മോഹൻദാസ് തന്റെ തീരുമാനത്തിൽ ഉറച്ചുനിന്നു. സമുദായം വിളിച്ചു ചേർത്ത യോഗത്തിൽ മോഹൻദാസ് ഹാജരായി. വിദേശത്ത് പോകരുതെന്ന് സമുദായം ശഠിച്ചു. മോഹൻദാസ് വഴങ്ങിയില്ല. സമുദായ നേതാവിന് ദേഷ്യം വന്നു. നീ സമുദായത്തെ ധിക്കരിക്കുകയാണെന്ന് അയാൾ പറഞ്ഞു. ഇന്നു മുതൽ ഇവനെ ജാതിഭ്രഷ്ട

നായി കണക്കാക്കണമെന്ന് അയാൾ കല്പിച്ചു. ഇവനെ സഹായിക്കാനോ യാത്രയാക്കാനോ ആരും പോവരുത്.

മോഹൻദാസിന് കുലുക്കമില്ലായിരുന്നു. ജാതിഭ്രഷ്ടനായിത്തന്നെ ഇംഗ്ലണ്ടിലേക്ക് കപ്പൽ കയറി.

മോഹൻദാസിന് ഇംഗ്ലീഷ് സംസാരിച്ച് ശീലമില്ലായിരുന്നു. യാത്രക്കാർ ഇംഗ്ലീഷുകാരായിരുന്നു. അവരുമായി ഇടപെടാൻ മോഹൻദാസിനു സാധിച്ചില്ല. സഹയാത്രികർ പറയുന്നത് മനസ്സിലാക്കാനും ബുദ്ധിമുട്ടി. കത്തിയും മുള്ളും ഉപയോഗിച്ച് ഭക്ഷണം കഴിക്കാനും കഴിഞ്ഞില്ല.

ഇംഗ്ലണ്ടിൽ കപ്പലിറങ്ങിയപ്പോൾ മോഹൻദാസ് അമ്പരന്നുപോയി. നാടുമായി പൊരുത്തമില്ലാത്ത പ്രദേശം.. ഭാഷയും വേഷവും ആഹാരവുമെല്ലാം വ്യത്യസ്തം. പാശ്ചാത്യരീതികളുമായി സമരസപ്പെടാൻ മോഹൻദാസിന് വളരെ ബുദ്ധിമുട്ടേണ്ടിവന്നു.

ഇംഗ്ലണ്ടിൽ പഠിക്കുന്ന കാലത്തോളം അവിടത്തെ സാഹചര്യവുമായി പൊരുത്തപ്പെടാതെ പറ്റില്ലെന്ന് ഗാന്ധിജിക്ക് തോന്നി. ആദ്യം വസ്ത്രധാരണത്തിൽ മാറ്റം വരുത്തി. നൃത്തവും, ഫ്രഞ്ചുഭാഷയും, പ്രസംഗകലയും അഭ്യസിക്കാൻ ശ്രമിച്ചു. ഇങ്ങനെ ഇംഗ്ലീഷുകാരനാകാനുള്ള ശ്രമം നടത്തിയെങ്കിലും വേണ്ടത്ര വിജയിച്ചില്ല. താൻ വന്നത് പഠിക്കാനാണെന്ന ബോധം ഗാന്ധിജിക്കുണ്ടായി. ബാരിസ്റ്ററാകുകയാണ് തന്റെ ലക്ഷ്യം.

ഇംഗ്ലണ്ടിൽ സരളമായ ജീവിതരീതിയാണ് ഗാന്ധിജി നയിച്ചത്. ചെലവുകൾ ചുരുക്കി ഉപയോഗിക്കാൻ ശീലിച്ചു. വാഹനത്തിൽ പോകുന്നതിനു പകരം നടന്ന് കോളേജിൽ ചെന്നു. ഒരു സ്റ്റൗ വാങ്ങി രാവിലത്തെ ആഹാരം സ്വയം പാകം ചെയ്തു. സസ്യാഹാരം മാത്രമേ കഴിച്ചുള്ളൂ. അവിടത്തെ സസ്യാഹാരികളുടെ സംഘടനയിൽ അംഗമാവുകയും ചെയ്തു. ചായയും കാപ്പിയും നിർത്തി. പകരം കൊക്കോ കഴിച്ചു.

ചെലവും വരവും കൃത്യമെഴുതിവെക്കുവാൻ ഗാന്ധിജി ശ്രദ്ധിച്ചിരുന്നു. പണത്തിന്റെ കാര്യങ്ങളിൽ വളരെ കൃത്യത പാലിച്ചു.

ഗാന്ധിജി പഠിത്തത്തിൽ കൂടുതൽ ശ്രദ്ധിച്ചു. തന്നത്താൻ എഴുതി തയ്യാറാക്കിയ സമയപട്ടിക അനുസരിച്ചാണ് പഠനം തുടർന്നത്.

ബാരിസ്റ്റർ പഠനത്തിന് അധികസമയം വേണ്ടിയിരുന്നില്ല. അതിനാൽ ലണ്ടൻ മെട്രിക്കുലേഷൻ പരീക്ഷയ്ക്ക് പഠിക്കാൻ തീരുമാനിച്ചു. അതിലൂടെ ഇംഗ്ലീഷിൽ കൂടുതൽ പ്രാവീണ്യം കൈവന്നു. ലാറ്റിൻ ഭാഷയും പഠിക്കാൻ കഴിഞ്ഞു.

ബാരിസ്റ്റർ പരീക്ഷയുടെ ചോദ്യങ്ങൾ വളരെ ലളിതമായിരുന്നു. മാർക്കിടുന്നവർ ഉദാരമതികളുമായിരുന്നു. സാമാന്യബുദ്ധിയുള്ള ആർക്കും എളുപ്പം ജയിക്കാമായിരുന്നു. 1891 ജൂൺ 10 ന് ഗാന്ധിജി ബാരിസ്റ്റർ പരീക്ഷ പാസായി. അടുത്ത ദിവസം തന്നെ ഹൈക്കോടതിയിൽ നിന്ന് സന്നതെടുക്കുകയും ചെയ്തു.

ഇംഗ്ലണ്ട് പഠനകാലത്താണ് ഗാന്ധിജി *ഗീതയും ബൈബിളും* പരി

ചയപ്പെട്ടത്. അവിടത്തെ തിയോസഫിക്കൽ പ്രവർത്തകരുമായി അദ്ദേഹത്തിന് ബന്ധപ്പെടാൻ കഴിഞ്ഞു. അതോടെ പുതിയ ചിന്താഗതി ഉടലെടുത്തു. *ഭഗവദ്ഗീത* വായിക്കാനും ഉൾക്കൊള്ളാനും സാധിച്ചു. ഗീതയിലെ രണ്ടാമദ്ധ്യായത്തിലുള്ള ഒരു ശ്ലോകം അദ്ദേഹത്തെ അത്യധികം സ്വാധീനിച്ചു. - വിഷയങ്ങളെപ്പറ്റി ധ്യാനിക്കുന്നവന് അതിൽ സംഗം ജയിക്കുന്നു. സംഗത്തിൽനിന്ന് കാമവും അതിൽനിന്ന് ക്രോധവുമുണ്ടാകുന്നു. ക്രോധത്തിൽനിന്നാണ് മോഹമുദിക്കുന്നത്. മോഹംകൊണ്ട് സ്മൃതിനാശം സംഭവിക്കുന്നു. അതോടെ ബുദ്ധിവിനാശവും ഉണ്ടാകും. ബുദ്ധിയും നശിച്ചുകഴിഞ്ഞാൽ പിന്നെ സർവ്വനാശമായിരിക്കും.

ഈ ആശയം പില്ക്കാലത്തെല്ലാം ഗാന്ധിജി ഓർത്തുകൊണ്ടിരുന്നു. സത്യം ഗ്രഹിക്കാൻ പറ്റിയ മഹത്തായ ഗ്രന്ഥമാണ് *ഭഗവദ്ഗീത*. വിഷയങ്ങളിൽനിന്ന് മുക്തി പ്രാപിക്കാൻ ആ ഗ്രന്ഥം സഹായകമാകും.

എഡ്വിൻ ആർനോൾഡ് എഴുതിയ *The light of Asia* എന്ന ഗ്രന്ഥവും അക്കാലത്ത് ഗാന്ധിജിക്ക് വായിക്കാൻ കഴിഞ്ഞു. *ഭഗവദ്ഗീത*യേക്കാൾ താല്പര്യത്തോടെയാണ് ആ ഗ്രന്ഥം വായിച്ചത്. വായിക്കാൻ തുടങ്ങിയപ്പോൾ പുസ്തകം താഴത്തുവെക്കാൻ തോന്നിയില്ല.

അക്കാലത്ത് ഒരു ക്രൈസ്തവനെ കണ്ടുമുട്ടിയ കാര്യവും ഗാന്ധിജി അനുസ്മരിക്കുന്നുണ്ട്. ഒരു സസ്യഭക്ഷണശാലയിലാണ് കണ്ടുമുട്ടിയത്. അയാൾ ക്രിസ്തുമതത്തെക്കുറിച്ച് സംസാരിച്ചു. അയാൾ മദ്യവും മാംസവും ഉപയോഗിക്കാത്ത സസ്യഭുക്കായിരുന്നു. പോകാൻ നേരത്ത് അയാൾ പറഞ്ഞു. ദയവായി *ബൈബിൾ* വായിക്കൂ. *ബൈബിളി*ന്റെ ഒരു കോപ്പി ഗാന്ധിജിക്ക് സമ്മാനിക്കുകയും ചെയ്തു.

ബൈബിൾ വിഷമിച്ചാണ് വായിച്ചുതീർത്തത്. അതിലെ പുതിയ നിയമമാണ് അദ്ദേഹത്തെ വളരെ ആകർഷിച്ചത്. ആത്മകഥയിൽ അദ്ദേഹം വിവരിക്കുന്നുണ്ട്. *ബൈബിളി*നെ ഞാൻ ഗീതയോട് താരതമ്യപ്പെടുത്തി. അതിലെ ചില ഭാഗങ്ങൾ എന്നെ അതിരില്ലാതെ ആനന്ദിപ്പിച്ചു. നിങ്ങൾ തിന്മയെ എതിർക്കാതിരിക്കുക എന്ന് അതിൽ സൂചിപ്പിക്കുന്നുണ്ട്. നിങ്ങളുടെ വലത്തെ ചെകിട്ടിലടിച്ചാൽ പകരം ഇടത്തെ ചെകിടും അയാൾക്ക് കാട്ടിക്കൊടുക്കണം. ആരെങ്കിലും നിങ്ങളുടെ കുപ്പായമെടുത്താൽ അയാൾക്ക് മേലങ്കി കൂടി കൊടുക്കണം. നിങ്ങൾക്ക് വെള്ളം തന്ന് സഹായിച്ചവർക്ക് പകരമായി നല്ലൊരു വിരുന്നു നല്കി സല്ക്കരിക്കണം. എന്നിങ്ങനെയുള്ള ശ്യാമൾഭട്ടിന്റെ വാക്കുകൾ ഗാന്ധിജിയുടെ മനസ്സിൽ തങ്ങിനിന്നു. ത്യാഗമാണ് മതത്തിന്റെ അടിസ്ഥാനമെന്ന് ഗാന്ധിജി തിരിച്ചറിയുകയായിരുന്നു.

ലോകത്തിലെ മതങ്ങളെക്കുറിച്ചെല്ലാം ഗാന്ധിജി ആഴത്തിൽ പഠിച്ചിരുന്നു. ഹിന്ദുമതത്തെക്കുറിച്ച് കൂടുതൽ അറിയാൻ ശ്രമിച്ചു. ജീവിതത്തിലെ ആപൽഘട്ടങ്ങളിൽ പിടിച്ചുനില്ക്കാൻ മതം മാത്രം മതിയാവില്ലെന്ന് അദ്ദേഹം മനസ്സിലാക്കി. എല്ലാ ആശകളും അസ്തമിക്കുമ്പോൾ, എല്ലാ സഹായികളും കൈയൊഴിയുമ്പോൾ ഈശ്വരന്റെ സാന്ത്വന

സാന്നിദ്ധ്യം എവിടെനിന്നെങ്കിലും അറിയാതെ താങ്ങാനെത്തുമെന്ന് ഗാന്ധിജി വിശ്വസിച്ചിരുന്നു.

ബാരിസ്റ്റർ പരീക്ഷ എളുപ്പത്തിൽ ജയിക്കാനായി. എന്നാൽ കോടതിയിൽ ചെന്ന് കേസ് വാദിക്കൽ ബുദ്ധിമുട്ടുള്ള കാര്യമായിരുന്നു. 22-ാം വയസ്സിലാണ് ഗാന്ധിജി വക്കീലായത്. വീട്ടിൽനിന്നും മാറി നിന്നിട്ട് 3 വർഷം കടന്നുപോയിരുന്നു. തിടുക്കത്തിൽ വീട്ടിലെത്തിയ ഗാന്ധിജിയെ ദുഃഖവാർത്തകളാണ് എതിരേറ്റത്. അമ്മയെ കാണാനുള്ള ആഗ്രഹത്തോടെ വീട്ടിലെത്തിയപ്പോൾ അമ്മയുടെ മരണവാർത്തയാണ് മകന് കേൾക്കാൻ കഴിഞ്ഞത്. പഠനത്തിന് തടസ്സം നേരിടേണ്ടെന്ന് കരുതി അമ്മയുടെ മരണവാർത്ത മകനെ അറിയിച്ചില്ല. മറ്റൊരു രാജ്യത്തിരുന്ന് ഗാന്ധിജി ദുഃഖിക്കരുതെന്ന് വീട്ടിലുള്ളവർ കരുതി. അച്ഛന്റെ മരണത്തേക്കാൾ മകനെ വേദനിപ്പിച്ചത് അമ്മയുടെ വിയോഗമായിരുന്നു.

സഹോദരൻ നല്ല വക്കീലായിത്തീരുമെന്ന് ജ്യേഷ്ഠൻ കരുതി. കേസുകൾ വാദിച്ച് ജയിച്ച് പേരും പ്രശസ്തിയും കൈവരിക്കണം. ജ്യേഷ്ഠന് ധാരാളം സുഹൃത്തുക്കളുണ്ടായിരുന്നു. അവരുടെ സഹായത്തോടെ നല്ല നല്ല കേസുകൾ കിട്ടുമെന്ന് പ്രതീക്ഷിച്ചു.

ബോംബെ ഹൈക്കോടതിയിലാണ് ഗാന്ധിജി വക്കീലായി ചേർന്നത്. ബിരുദം നേടി എന്നല്ലാതെ വേണ്ടത്ര അനുഭവം ഇല്ലായിരുന്നു. ഏതാനും മാസം മാത്രമേ ബോംബെയിൽ കഴിഞ്ഞുള്ളൂ. വരവ് കുറവായിരുന്നു. എന്നാൽ ചെലവ് കൃത്യമായി വേണ്ടിവരികയും ചെയ്തു. ഒരു ദിവസം മാമിബായിയുടെ ഒരു കേസ് കിട്ടി. വളരെ എളുപ്പമുള്ള കേസായിരുന്നു.

വക്കീലന്മാർ കേസ് കിട്ടാൻ വേണ്ടി കമ്മീഷൻ കൊടുത്തിരുന്ന കാലമാണത്. എല്ലാ വക്കീലന്മാരും ഏജന്റുമാരുടെ സഹായം തേടും. എന്നാൽ ഗാന്ധിജി അതിന് തയ്യാറായില്ല. കമ്മീഷൻ കൊടുക്കാതെയാണ് മാമിബായിയുടെ കേസ് കിട്ടിയത്.

നിശ്ചിതദിവസം ഗാന്ധിജി കേസ് വാദിക്കാൻ കോടതിയിലെത്തി. വാദിഭാഗം സാക്ഷികളെയാണ് വിസ്തരിക്കേണ്ടിയിരുന്നത്. ഗാന്ധിജി എഴുന്നേറ്റുനിന്നു. പക്ഷേ, അദ്ദേഹം അധീരനായി. കേസ് വാദിക്കാൻ കഴിയാതെയായി. തലകറക്കം അനുഭവപ്പെട്ടു. കോടതി മുഴുവൻ കറങ്ങുന്നതുപോലെ. ചോദ്യങ്ങളൊന്നും ഉന്നയിക്കാൻ കഴിഞ്ഞില്ല. മറ്റു വക്കീലന്മാർ പരിഹസിച്ചു ചിരിച്ചിട്ടുണ്ടാകും.

ഗാന്ധിജി സീറ്റിലിരുന്നു. തനിക്ക് ആ കേസ് നടത്താനാകില്ലെന്ന് തോന്നി. മറ്റൊരു വക്കീലിനെ ഏല്പിക്കേണ്ടിവന്നു. നന്നായി വാദിക്കാൻ കഴിയുംവരെ ഇനി കേസേറ്റെടുക്കില്ലെന്ന് ഗാന്ധിജി തീരുമാനിച്ചു.

എങ്കിലും ദിവസേന കോടതിയിൽ പോയിരുന്നു. കേസ് നടത്താനുള്ള തന്റേടം കിട്ടുന്നതുവരെ എവിടെയെങ്കിലും അദ്ധ്യാപകവൃത്തി കിട്ടുമോ എന്നന്വേഷിച്ചു. ഫലം നിരാശയായിരുന്നു.

ഇനിയും ബോംബെയിൽ കഴിഞ്ഞുകൂടിയിട്ട് കാര്യമില്ലെന്ന് തോന്നി. അതുകൊണ്ട് രാജ്കോട്ടിൽ മടങ്ങിവന്നു. അവിടെ ഒരു ഓഫീസ് തുറന്നു.

അന്യായങ്ങളും അപേക്ഷകളും തയ്യാറാക്കിക്കൊടുക്കുന്നവയിൽ ദിവസം മുന്നൂറു രൂപ വരുമാനമുണ്ടായി. ജ്യേഷ്ഠന്റെ സ്വാധീനശക്തിയാണ് ഈ വരുമാനത്തിന്റെ പിന്നിൽ പ്രവർത്തിച്ചത്. ജ്യേഷ്ഠൻ പോർബന്ദറിലെ റാണാസാഹേജിന്റെ ഉപദേശകനും സെക്രട്ടറിയുമായിരുന്നു. ചില തെറ്റിദ്ധാരണകൾമൂലം ജ്യേഷ്ഠനെ ആ ജോലിയിൽനിന്നും ഒഴിവാക്കി. ഇത് ഗാന്ധിജിയെ വിഷമത്തിലാക്കി.

അനുദിനം നാട്ടിലെ ജീവിതം ബുദ്ധിമുട്ടായി തീർന്നു. അങ്ങനെയിരിക്കെയാണ് ദക്ഷിണാഫ്രിക്കയിലെ ഒരു കച്ചവടസ്ഥാപനത്തിൽനിന്നും ജ്യേഷ്ഠന് ഒരു കത്ത് കിട്ടിയത്. കച്ചവടസ്ഥാപനത്തിന് അവിടെ വലിയൊരു കേസുണ്ട്. കേസ് നടത്താൻ വക്കീലിനെ വേണം.

ജ്യേഷ്ഠൻ ഇക്കാര്യം ഗാന്ധിജിയുമായി സംസാരിച്ചു. നിരാശനായി കഴിഞ്ഞിരുന്ന ഗാന്ധിജിക്ക് ഇതൊരനുഗ്രഹമായി. ദക്ഷിണാഫ്രിക്കയിലേക്ക് പോകാൻ അദ്ദേഹം നിശ്ചയിച്ചു..

ദക്ഷിണാഫ്രിക്കയിൽ

ദക്ഷിണാഫ്രിക്കൻ യാത്ര ഗാന്ധിജിയുടെ ജീവിതത്തിലെ സുപ്രധാന വഴിത്തിരിവാണ്. അവിടെ ദാദാ അബ്ദുള്ള ആന്റ് കമ്പനിയുടെ കേസ് വാദിക്കാനാണ് പോയത്. അവിടത്തെ വലിയ വ്യാപാരിയായിരുന്നു അബ്ദുള്ള സേട്ട്. ഒരു വർഷക്കാലത്തെ സേവനമാണ് കമ്പനി ആവശ്യപ്പെട്ടത്.

ദക്ഷിണാഫ്രിക്കയിൽ നേറ്റാളിന്റെ തുറമുഖം ഡർബാനിലാണ് ഗാന്ധിജി കപ്പലിറങ്ങിയത്. അബ്ദുള്ള സേട്ട് കാത്തുനിന്നിരുന്നു. ബംഗാൾ രീതിയിൽ തലപ്പാവും കുറിയ കുപ്പായവുമാണ് ഗാന്ധിജി ധരിച്ചിരുന്നത്. ദക്ഷിണാഫ്രിക്കയിൽ അത് പുതുമയുള്ള വേഷമായിരുന്നു.

ദക്ഷിണാഫ്രിക്കയിൽ ഇന്ത്യക്കാരെ അധഃകൃതരായിട്ടാണ് കണക്കാക്കിയിരുന്നത്. വിചിത്രമായിരുന്നു ആൾക്കാരുടെ പെരുമാറ്റം. ഇന്ത്യക്കാരെ കൂലിക്കാരായാണ് പരിഗണിച്ചിരുന്നത്. നിറത്തിന്റെ കാര്യത്തിലും നിന്ദയോടെ പെരുമാറി. പൊതുവായുള്ള നടപ്പാതയിലൂടെ ഇന്ത്യക്കാർക്ക് നടക്കാൻ പാടില്ലായിരുന്നു. രാത്രിയിൽ നിശ്ചിതസമയം കഴിഞ്ഞാൽ പുറത്തിറങ്ങി നടക്കാനും സ്വാതന്ത്ര്യമില്ല. കരാർ തൊഴിലാളികൾ വർഷം തോറും വലിയ തുക നികുതി കൊടുക്കണമായിരുന്നു.

ഈ സാഹചര്യത്തിലേക്കാണ് വക്കീലായ ഗാന്ധിജി വന്നിറങ്ങിയത്. കപ്പലിറങ്ങിയതുമുതൽ ഈ അവഗണന അനുഭവിക്കേണ്ടിവന്നു.

കമ്പനി കെട്ടിടത്തിലാണ് ആദ്യം താമസിച്ചത്. തൊട്ടടുത്ത ദിവസം തന്നെ അബ്ദുള്ള സേട്ട് ഗാന്ധിജിയെ കോടതി പരിചയപ്പെടുത്താൻ കൂട്ടിക്കൊണ്ടുപോയി. ഗാന്ധിജി അപ്പോഴും തലപ്പാവ് ധരിച്ചിരുന്നു. കോടതിയിലെ വക്കീലന്മാർക്ക് അത് കൗതുകം നിറഞ്ഞ കാഴ്ചയായിരുന്നു.

മജിസ്ട്രേറ്റ് ആദ്യം അമ്പരന്നു. കോടതി നിയമത്തിനു ചേരാത്ത

തരത്തിൽ കടന്നുവന്ന ഗാന്ധിജിയോട് തലപ്പാവെടുത്ത് മാറ്റുവാൻ കല്പിച്ചു. ഗാന്ധിജി അതനുസരിച്ചില്ല. മജിസ്ട്രേറ്റ് വീണ്ടും ആവശ്യപ്പെട്ടപ്പോൾ അദ്ദേഹം കോടതിയിൽനിന്ന് പുറത്തിറങ്ങി.

വേഷത്തിൽ പോലും ഇന്ത്യക്കാർ അവഗണന നേരിടുന്നെന്ന് ഗാന്ധിജി മനസ്സിലാക്കി. ഇത് എതിർക്കേണ്ടതാണ്. തലപ്പാവ് നീക്കണമെന്ന നിയമത്തെ വിമർശിച്ചുകൊണ്ട് അദ്ദേഹം ഒരു ലേഖനമെഴുതി പത്രങ്ങൾക്ക് കൊടുത്തു. പത്രങ്ങൾ ഇക്കാര്യം ചർച്ചചെയ്തു. ചില പത്രങ്ങൾ ഗാന്ധിജിയെ വിമർശിച്ചു. ദക്ഷിണാഫ്രിക്കയിലെത്തിയ വേണ്ടാത്ത വിരുന്നുകാരനാണ് ഗാന്ധിജി എന്ന് അത്തരം പത്രങ്ങളെഴുതി.

പിന്നീടുണ്ടായ അനുഭവം കൂടുതൽ കടുത്തതായിരുന്നു. കേസിന്റെ കാര്യത്തിനായി പ്രിട്ടോറിയയിലേക്ക് പോകണമായിരുന്നു. ട്രെയിനിലാണ് യാത്ര. ഒന്നാം ക്ലാസ് മുറിയിലിരുന്ന ഗാന്ധിജിയുടെ അടുത്തേക്ക് ഒരു യൂറോപ്യൻ കടന്നു വന്നു. വേറൊരു മുറിയിൽ ചെന്നിരിക്കാൻ അയാൾ ആവശ്യപ്പെട്ടു. ഒന്നാം ക്ലാസ് ടിക്കറ്റുണ്ടെന്ന് പറഞ്ഞെങ്കിലും അയാൾ കേട്ടില്ല.

വെള്ളക്കാരൻ പൊലീസിനെ വരുത്തി. അടുത്ത സ്റ്റേഷനിൽ ഗാന്ധിജിയെ ബലം പ്രയോഗിച്ചിറക്കി. പെട്ടിയും മറ്റും പ്ലാറ്റുഫോമിലേക്കെറിഞ്ഞു.

സമയം രാത്രിയായിരുന്നു. നല്ല തണുപ്പും. വെയിറ്റിങ് റൂമിൽ ഗാന്ധിജി വിറച്ചുകൊണ്ടിരുന്നു. മേൽക്കുപ്പായമില്ലായിരുന്നു. ഇനി എന്ത് എന്നദ്ദേഹം ചിന്തിച്ചു. വർണ്ണവിദ്വേഷത്തിന് താനും ഇരയായിരിക്കുന്നു. ഇത് മാരകരോഗം പോലെ ഇവിടെ പരന്നിരിക്കുന്നു. ഇന്ത്യയിലേക്ക് മടങ്ങിപ്പോകണോ എന്ന് ഒരു നിമിഷം ആലോചിച്ചു. അടുത്ത ക്ഷണം തന്നെ അത് വേണ്ടെന്നു വച്ചു. കേസ് വാദിക്കാനാണ് ഇവിടെ വന്നത്. അത് പൂർത്തിയാക്കാതെ തിരികെ പോകുന്നത് ഉചിതമല്ല. ഏറ്റെടുത്ത ദൗത്യം വിജയത്തിലെത്തിക്കണം. ഇങ്ങനെ ചിന്തിച്ചുറച്ചശേഷം അടുത്ത വണ്ടിക്ക് പ്രിട്ടോറിയയിലേക്ക് പുറപ്പെട്ടു.

ഒരു വർഷക്കാലം പ്രിട്ടോറിയയിൽ താമസിച്ചു. അബ്ദുള്ള സേട്ടിന്റെ കേസ് ഫലപ്രദമായി കൈകാര്യം ചെയ്തു. കേസ് തുടർന്നാൽ പണവും നഷ്ടപ്പെടും. അതിനേക്കാൾ നല്ലത് കേസ് ഒത്തുതീർക്കുന്നതാണ്. ഇതിനുവേണ്ടി ഒരു മദ്ധ്യസ്ഥനെ ഏർപ്പാടാക്കി. അയാളുടെ മുന്നിൽ ഇരുപക്ഷവും വാദിച്ചു. ഒടുവിൽ ഗാന്ധിജിയുടെ പക്ഷം വിജയിച്ചു. മനുഷ്യസ്വഭാവത്തിന്റെ നല്ല വശമാണ് അദ്ദേഹം പരീക്ഷിച്ചുനോക്കിയത്. വക്കീലിന്റെ യഥാർത്ഥ ധർമ്മം അകന്നുപോയവരെ യോജിപ്പിക്കുകയാണ്.

ഈ ഒരു വർഷത്തിനിടയിൽ പൊതുപ്രവർത്തനങ്ങളിലേർപ്പെടാനുള്ള അവസരം ഗാന്ധിജിക്ക് ലഭിച്ചു. ഇന്ത്യക്കാരുമായി കൂടുതൽ പരിചയപ്പെട്ടു. അവരുടെ ഒരു സമ്മേളനം വിളിച്ചു ചേർത്തു. ഗാന്ധിജി അതിൽ പ്രസംഗിച്ചു. ഗാന്ധിജിയുടെ ജീവിതത്തിലെ ആദ്യത്തെ പ്രസംഗമായിരുന്നു അത്. കച്ചവടക്കാരുടെ സത്യസന്ധത, ശുചിത്വം എന്നിവ പ്രസം

ഗത്തിൽ പരാമർശിച്ചു. ഇന്ത്യക്കാരുടെ കഷ്ടപ്പാടുകളെപ്പറ്റി നിവേദനം നല്കണമെന്ന് നിർദ്ദേശിച്ചു. തുടർന്നും സമ്മേളനങ്ങൾ നടന്നു. അതിലെല്ലാം ഗാന്ധിജി പ്രസംഗിച്ചു. ദക്ഷിണാഫ്രിക്കയിലെ മുഴുവൻ ഇന്ത്യക്കാരിലും സ്വാധീനം ചെലുത്തുവാൻ അദ്ദേഹത്തിനു കഴിഞ്ഞു.

കേസ് തീർന്നതോടെ ഗാന്ധിജി ഇന്ത്യയിലേക്ക് മടങ്ങാനുള്ള ഒരുക്കം കൂട്ടി. അബ്ദുള്ള സേട്ട് യാത്രയയപ്പ് നല്കി. അന്നത്തെ പത്രത്തിലുള്ള ഒരു വാർത്ത ഗാന്ധിജിയെ ചിന്തിപ്പിച്ചു. നിയമസഭയിലേക്ക് പ്രതിനിധികളെ തിരഞ്ഞെടുക്കാൻ ഇന്ത്യക്കാർക്കുള്ള അവകാശം റദ്ദ് ചെയ്യുന്ന വാർത്തയായിരുന്നു അത്. ഇന്ത്യക്കാരെ മൊത്തം ബാധിക്കുന്ന ഒരു പ്രശ്നമായിരുന്നു അത്.

അവിടത്തെ ഇന്ത്യക്കാർ ഇതേപ്പറ്റി ബോധവാന്മാരായിരുന്നില്ല. ഗാന്ധിജി വാർത്തയുടെ ഗൗരവം ബോദ്ധ്യപ്പെടുത്തി. ഇന്ത്യക്കാരന്റെ അഭിമാനം നഷ്ടപ്പെടുന്ന കാര്യമാണിത്. ഇതിനെതിരെ ഒന്നിച്ചുനിന്ന് പൊരുതണമെന്ന് ഗാന്ധിജി ആവശ്യപ്പെട്ടു.

ഇന്ത്യക്കാർ ഒരു നായകനെ തേടുകയായിരുന്നു. ഗാന്ധിജിയിൽ അവർ രക്ഷകനെ കണ്ടെത്തി. നാട്ടിലേക്കുള്ള യാത്ര മാറ്റിവെക്കണമെന്ന് അവർ ആവശ്യപ്പെട്ടു. ഗാന്ധിജി യാത്ര റദ്ദ് ചെയ്തു. ദക്ഷിണാഫ്രിക്കയിലെ ഇന്ത്യക്കാരുടെ ആവശ്യങ്ങൾ നേടിയെടുക്കുന്നതിന് സമരരംഗത്തിറങ്ങുവാൻ തീരുമാനിക്കുകയും ചെയ്തു. ഇതു സംബന്ധിച്ച് ലഘുലേഖ എഴുതി പ്രസിദ്ധപ്പെടുത്തുകയും ചെയ്തു.

ആഫ്രിക്കയിലെ താമസം മൂന്നുവർഷത്തോളം നീണ്ടുപോയി. ഇതിനകം ഗാന്ധിജി ദക്ഷിണാഫ്രിക്കയിൽ ഇന്ത്യൻ ജനതയുടെ നേതാവായിത്തീർന്നിരുന്നു. ഇനിയും ആഫ്രിക്കയിൽ താമസിക്കേണ്ടിവരുമെന്ന് അദ്ദേഹം മനസ്സിലാക്കി. അതുകൊണ്ട് നാട്ടിൽ പോയിവരണമെന്ന് നിശ്ചയിച്ചു, വീട്ടിൽ ചെന്ന് ഭാര്യയെയും മക്കളെയുംകൂട്ടിക്കൊണ്ടുവന്ന് ഇവിടെ താമസിപ്പിക്കണമെന്നും തീരുമാനിച്ചു.

1896 ൽ ഗാന്ധിജി ഇന്ത്യയിൽ തിരിച്ചെത്തി. ദക്ഷിണാഫ്രിക്കയിലെ ഇന്ത്യക്കാരുടെ ദയനീയ സ്ഥിതി ഇന്ത്യക്കാരെ അറിയിക്കണമെന്നദ്ദേഹം നിശ്ചയിച്ചു. ഇതിനുവേണ്ടി ലഘുലേഖയെഴുതി അച്ചടിച്ച് വിതരണം നടത്തി. ഇന്ത്യയിലെ നേതാക്കളെ കണ്ട് ഇക്കാര്യം ബോദ്ധ്യപ്പെടുത്താനും ശ്രമിച്ചു.

ബോംബെയിൽ പ്ലേഗ് പടർന്നുപിടിച്ച സന്ദർഭമായിരുന്നു അത്. ഗാന്ധിജി ശുചീകരണപ്രവർത്തനങ്ങളിൽ വ്യാപൃതനായി. സാധാരണക്കാരെ സേവിക്കലാണ് തന്റെ മതമെന്നദ്ദേഹം മനസ്സിലാക്കി.

ഇതിനിടയിൽ ദക്ഷിണാഫ്രിക്കയിൽനിന്നും ഒരു കമ്പിസന്ദേശം ലഭിച്ചു. വേഗം മടങ്ങിവരണമെന്നും പാർലമെന്റ് സമ്മേളനം തുടങ്ങാറായെന്നും കമ്പിയിൽ സൂചിപ്പിച്ചിരുന്നു. ദാദാ അബ്ദുള്ള സേട്ട് സ്വന്തമായൊരു യാത്രകപ്പൽ വാങ്ങിയതും അതേ കാലത്താണ്. ആ കപ്പലിലാണ് ഗാന്ധിജിയും കുടുംബവും വീണ്ടും ദക്ഷിണാഫ്രിക്കയിലേക്ക്

യാത്രയായത്.

വെള്ളക്കാർ ഗാന്ധിജിയുടെ സാന്നിദ്ധ്യം ഇഷ്ടപ്പെട്ടിരുന്നില്ല. ഗാന്ധിജിയും കുടുംബവും കപ്പലിൽ നിന്നിറങ്ങിയപ്പോൾ ആൾക്കൂട്ടം വന്നു വളഞ്ഞു.കുടുംബത്തെ ആദ്യം തന്നെ സുഹൃത്തിന്റെ വീട്ടിലേക്കയച്ചിരുന്നു. ഗാന്ധിജി ഒരു റിക്ഷയിൽ കയറാൻ ശ്രമിച്ചു. ആളുകൾ റിക്ഷാക്കാരനെ ഭീഷണിപ്പെടുത്തി. അദ്ദേഹത്തിന്റെ നേർക്ക് ചീഞ്ഞ മുട്ടയും ഇഷ്ടികക്കഷണങ്ങളുമെറിഞ്ഞു. ഒരാൾ തലപ്പാവ് വലിച്ചെടുത്തു.ചിലർ ഉന്താനും തള്ളാനും ഇടിക്കാനും തുടങ്ങി. പെട്ടെന്ന് പൊലീസ് സൂപ്രണ്ടിന്റെ പത്നി ആ വഴി വന്നു. അവർ ഗാന്ധിജിയെ രക്ഷപ്പെടുത്തി. ആക്രമിച്ചവർക്കെതിരെ പരാതി കൊടുക്കാനാവശ്യപ്പെട്ടെങ്കിലും ഗാന്ധിജി തയ്യാറായില്ല. തന്നെ ആക്രമിച്ചവർക്കെതിരെ നടപടി എടുക്കരുതെന്നും പറഞ്ഞു.

മാനവീകത നിറഞ്ഞതായിരുന്നു ഗാന്ധിജിയുടെ നിലപാടുകൾ. അത് യൂറോപ്യന്മാർക്കിടയിൽ വലിയ മതിപ്പുണ്ടാക്കി. കപ്പലിറങ്ങിയപ്പോൾ കൈയേറ്റം ചെയ്യാനെത്തിയ ആൾക്കാരെ അപലപിച്ച് പത്രങ്ങൾ വാർത്തകൾ പ്രസിദ്ധീകരിച്ചു. കൈയേറ്റം ചെയ്തവരെ ശിക്ഷിക്കരുതെന്ന അദ്ദേഹത്തിന്റെ നിലപാട് ഏറെ പ്രശംസിക്കപ്പെടുകയും ചെയ്തു.

ലളിതജീവിതം

ദക്ഷിണാഫ്രിക്കയിൽ ഗാന്ധിജി ലളിതജീവിതം നയിച്ചു. ചെലവുകൾ വളരെ ചുരുക്കി. വസ്ത്രങ്ങൾ സ്വന്തമായി അലക്കി. സ്വന്തമായി മുടിവെട്ടിയും പരീക്ഷണം നടത്തി. കുട്ടികളെ ഇംഗ്ലണ്ടിലെ പബ്ലിക് സ്കൂളിൽ പഠിപ്പിച്ചില്ല.

ലളിതജീവിതത്തിലും സ്വാശ്രയശീലത്തിലും ഗാന്ധിജി വളരെ നിഷ്കർഷ പുലർത്തി. ഭക്ഷണത്തിലും മിതത്വം പാലിച്ചു. ഭാര്യയെയും ഇക്കാര്യത്തിൽ പങ്കാളിയാക്കുവാൻ അദ്ദേഹം ശ്രമിച്ചു. എല്ലാ ജോലിയും അദ്ദേഹം തുല്യമായി കണ്ടു. എല്ലാ മനുഷ്യരും സമാനരാണെന്ന് കണക്കാക്കി.

പല മതക്കാരും സമുദായക്കാരുമായും ഗാന്ധിജി ഇടപെട്ടു. സ്വദേശീയരും വിദേശീയരും അക്കൂട്ടത്തിലുണ്ടായി. കറുത്തവരുമായും വെളുത്തവരുമായും അദ്ദേഹം ഇടപെട്ടു. ഗാന്ധിജിയുടെ ഗുമസ്തരിൽ ഹിന്ദുക്കളും ക്രിസ്ത്യാനികളുമുണ്ടായിരുന്നു. തമിഴരും ഗുജറാത്തികളുമുണ്ടായിരുന്നു. എല്ലാവരെയും കുടുംബാംഗങ്ങളെന്ന നിലയിൽ സ്നേഹിച്ചു.

ദക്ഷിണാഫ്രിക്കയിൽ താമസിക്കവെയാണ് ബോവർയുദ്ധം തുടങ്ങിയത്. ആഫ്രിക്കയിൽ കുടിയേറിപ്പാർത്ത ഡച്ചുകാരുടെ പിൻഗാമികളാണ് ബോവർമാർ. അവർക്കെതിരെ ബ്രിട്ടീഷുകാർ യുദ്ധം പ്രഖ്യാപിച്ചു. യുദ്ധത്തിൽ ഗാന്ധിജി ബ്രിട്ടന്റെ ഭാഗം ചേർന്ന് പ്രവർത്തിച്ചു. അദ്ദേഹത്തിന്റെ നേതൃത്വത്തിൽ ആംബുലൻസ് സംഘം രൂപീകരിച്ചു. യുദ്ധത്തിൽ മുറിവേറ്റവരെ ചികിത്സിച്ചു. ഇന്ത്യക്കാരുടെ സേവനം അത്യധികം പ്രശംസിക്കപ്പെട്ടു. വെള്ളക്കാരും ഇന്ത്യക്കാരും തമ്മിലുള്ള ബന്ധം കൂടുതൽ ഹൃദ്യമാക്കുവാൻ ഇതിലൂടെ കഴിഞ്ഞു.

ബോവർയുദ്ധം തീർന്നതോടെ ഗാന്ധിജി ഇന്ത്യയിലേക്ക് മടങ്ങാൻ

തീരുമാനിച്ചു. നേറ്റാലിലെ സുഹൃത്തുക്കൾ ഗംഭീരമായ യാത്രയയപ്പ് നല്കി. ധാരാളം സമ്മാനങ്ങൾ നല്കി. സ്വർണ്ണവും വെള്ളിയും വൈരവും അക്കൂട്ടത്തിലുണ്ടായിരുന്നു. സമ്മാനങ്ങൾ ഗാന്ധിജിയെ വിഷമിപ്പിച്ചു. തന്റെ സേവനങ്ങൾക്കുള്ള പ്രതിഫലമാണ് ഈ സമ്മാനങ്ങൾ. വാസ്തവത്തിൽ സമ്മാനങ്ങൾക്കുവേണ്ടിയാണോ താൻ പ്രവർത്തിച്ചത്? ഇത് സ്വീകരിക്കുവാൻ തനിക്കവകാശമില്ല. ലളിതജീവിതം നയിച്ച തനിക്ക് വിലപിടിച്ച വസ്തുക്കൾ കൈവശം വെക്കാൻ പാടില്ല.

ഭാര്യക്കായി കൊടുത്ത ഒരു സ്വർണ്ണനെക്ലേസും കൂട്ടത്തിലുണ്ടായിരുന്നു. അത് തനിക്ക് വേണമെന്ന് കസ്തൂർബ ആവശ്യപ്പെട്ടു. സ്വർണ്ണാഭരണങ്ങൾ താൻ സൂക്ഷിക്കുമെന്ന് അവർ പറഞ്ഞു. ഇതിന്റെ പേരിൽ വാദപ്രതിവാദങ്ങൾ നടന്നു.

ഗാന്ധിജി വഴങ്ങിയില്ല. ഒരു ട്രസ്റ്റ് രൂപീകരിച്ച് ആഭരണങ്ങളും പണവും അതിൽ നിക്ഷേപിച്ചു. അതിന്റെ പലിശ പൊതുപ്രവർത്തനത്തിനുപയോഗിക്കണമെന്ന് നിർദ്ദേശിക്കുകയും ചെയ്തു.

ദക്ഷിണാഫ്രിക്കയിലെ സംഭവബഹുലമായ ജീവിതത്തിനുശേഷം ഗാന്ധിജിയും കുടുംബവും ഇന്ത്യയിലേക്ക് മടങ്ങി.

കൽക്കത്തയിൽ കോൺഗ്രസ് സമ്മേളനം നടക്കുന്ന സന്ദർഭമായിരുന്നു അത്. സമ്മേളനത്തിൽ ഒരു പ്രമേയമവതരിപ്പിക്കാൻ ഗാന്ധിജിക്ക് അവസരം കിട്ടി. ദക്ഷിണാഫ്രിക്കയിലെ ഇന്ത്യക്കാർ നേരിടുന്ന പ്രശ്നങ്ങളെക്കുറിച്ചായിരുന്നു പ്രമേയം.

പ്രമേയമവതരിപ്പിക്കാൻ ഗാന്ധിജിയെ വിളിച്ചു. ഇന്ത്യയിലെ ഒരു പൊതുചടങ്ങിൽ ഗാന്ധിജി ആദ്യമായി പങ്കെടുക്കുകയായിരുന്നു. അദ്ദേഹം അവതരിപ്പിച്ച പ്രമേയം ഗോപാലകൃഷ്ണ ഗോഖലെ പിന്താങ്ങി. ഗോഖലെ ഗാന്ധിജിക്ക് പൂർണ്ണ പിന്തുണ നല്കി. സങ്കോചം കളഞ്ഞ് ജനങ്ങളുടെ മുന്നിൽ അണിനിരക്കണമെന്നും ആവശ്യപ്പെട്ടു.

ഗാന്ധിജി കൽക്കത്തയിൽ കുറേ ദിവസം കൂടി താമസിച്ചു. ഇക്കാലത്ത് അദ്ദേഹം കൽക്കത്ത നടന്നു കണ്ടു. അവിടത്തെ കാളീക്ഷേത്രം സന്ദർശിച്ചു. ബലിയർപ്പിക്കാൻ കൊണ്ടുപോകുന്ന ആടുകളെ കണ്ട് അദ്ദേഹം അസ്വസ്ഥനായി. ക്ഷേത്രമുറ്റത്ത് ചോര തളം കെട്ടി നില്ക്കുന്നത് ദുസ്സഹമായി തോന്നി. സ്വാമി വിവേകാനന്ദനെ കാണാനും ശ്രമിച്ചു. സ്വാമി രോഗം ബാധിച്ച് കിടപ്പിലായതിനാൽ കാണാൻ കഴിഞ്ഞില്ല. സിസ്റ്റർ നിവേദിതയെയും അവരുടെ വീട്ടിൽ ചെന്ന് കണ്ടു.

ഗോഖലെയുടെ കൂടെയാണ് ഗാന്ധിജി താമസിച്ചത്. ബംഗാളുമായി ഉറ്റ ബന്ധം സ്ഥാപിക്കാൻ ഇക്കാലത്ത് സാധിച്ചു. ഇന്ത്യ മുഴുവൻ മൂന്നാം ക്ലാസ് തീവണ്ടിമുറിയിൽ യാത്ര ചെയ്ത് കാണണമെന്ന് ഗാന്ധിജി തീരുമാനിച്ചു. ജനങ്ങളെ തൊട്ടറിയാൻ ഈ യാത്ര സഹായിക്കുമെന്ന് അദ്ദേഹം കരുതി.

ബനാറസിലെ കാശീവിശ്വാനാഥ ക്ഷേത്രവും ഗാന്ധിജി സന്ദർശിച്ചു. ക്ഷേത്രത്തിലേക്കുള്ള വഴി വൃത്തിഹീനമായി കിടക്കുന്നത് അദ്ദേഹത്തെ

വേദനിപ്പിച്ചു. ഈ യാത്രയിൽ ആനിബസന്റിനെയും ചെന്നുകണ്ടു.

ബോംബെയിൽ താമസിച്ച് വക്കീൽപ്പണി തുടരണമെന്നാണ് ഗാന്ധിജി നിശ്ചയിച്ചത്. അവിടെ കഴിയവെ ദക്ഷിണാഫ്രിക്കയിലേക്ക് വീണ്ടും ക്ഷണം കിട്ടി. ഭാര്യയെയും മക്കളെയും വീട്ടിലാക്കി ഒറ്റയ്ക്കാണ് അദ്ദേഹം ദക്ഷിണാഫ്രിക്കയിലേക്ക് പോയത്. കൊളോണിയൽ സെക്രട്ടറി ചേംബർലയിൻ ദക്ഷിണാഫ്രിക്കയിൽ വരുന്നുണ്ടായിരുന്നു. അദ്ദേഹത്തിന് ഇന്ത്യക്കാരുടെ പ്രശ്നങ്ങളെപ്പറ്റി നിവേദനം നല്കുവാനാണ് ഗാന്ധിജിയെ ക്ഷണിച്ചത്.

ചേംബർലെയിന് നിവേദനം നല്കിയെങ്കിലും ഫലം നിരാശാജനകമായിരുന്നു. എങ്കിലും ഗാന്ധിജി മടങ്ങിയില്ല. ജോഹാൻസ്ബർഗിൽ താമസിച്ച് വക്കീൽ പണി തുടരുവാൻ ആഗ്രഹിച്ചു. 1904 ൽ ഗാന്ധിജിയുടെ നേതൃത്വത്തിൽ *ഇന്ത്യൻ ഒപ്പീനിയൻ* എന്നൊരു പത്രം ആരംഭിച്ചു. തെക്കെ ആഫ്രിക്കയിലെ ഇന്ത്യക്കാരുടെ കുഴഞ്ഞ പ്രശ്നങ്ങൾ പത്രം അവതരിപ്പിച്ചു. ഗാന്ധിജിയുടെ ആദർശങ്ങളും പ്രവർത്തനസമ്പ്രദായങ്ങളും പത്രത്തിലൂടെ വെളിപ്പെടുത്തി.

ജോൺ റസ്കിന്റെ *Unto this Last* എന്ന ഗ്രന്ഥം വായിച്ചത് ആ അവസരത്തിലാണ്. വായന തുടങ്ങിയതോടെ പുസ്തകം അടച്ചുവെക്കാൻ കഴിയാതായി. ആ പുസ്തകത്തിലെ ആദർശങ്ങൾ അനുസരിച്ച് ജീവിതം രൂപാന്തരപ്പെടുത്തുവാൻ ഗാന്ധിജി തീരുമാനിച്ചു. വ്യക്തിയുടെ നന്മ സമൂഹത്തിന്റെ നന്മയാണെന്ന് അദ്ദേഹം തിരിച്ചറിഞ്ഞു. എല്ലാ തൊഴിലിനും മാന്യതയുണ്ട്. അദ്ധ്വാനം നിറഞ്ഞ ജീവിതമാണ് ഏറ്റവും ഉത്തമം. ഭാര്യയെയും വീണ്ടും കൂട്ടിക്കൊണ്ടുവന്നു ദക്ഷിണാഫ്രിക്കയിൽ കുടുംബജീവിതം നയിക്കാൻ തുടങ്ങി.

ദക്ഷിണാഫ്രിക്കയിലെ ഇന്ത്യക്കാർക്കെതിരെ സർക്കാർ ഒരുപുതിയ നിയമം കൊണ്ടുവന്നു. ആ നിയമം അനുസരിക്കരുതെന്ന് ഗാന്ധിജി പറഞ്ഞു. അദ്ദേഹം തന്നെ മുന്നിട്ടിറങ്ങി നിയമം ലംഘിച്ച് പ്രതിഷേധിച്ച് സഹനസമരമായിരുന്നു അദ്ദേഹം സ്വീകരിച്ചത്. ഇതിനുവേണ്ടി സഹനസമരസമിതി രൂപീകരിച്ചു.

നിയമം ലംഘിച്ച ഗാന്ധിജിയെ അറസ്റ്റുചെയ്തു. രണ്ടു മാസത്തെ ജയിൽ ശിക്ഷ വിധിച്ചു. ഗാന്ധിജിയെത്തുടർന്ന് നൂറുകണക്കിനാളുകൾ നിയമലംഘനം നടത്തി. ഒടുവിൽ സർക്കാർ ഒത്തുതീർപ്പിന് വന്നു. നിയമം റദ്ദ് ചെയ്യാൻ സർക്കാർ സമ്മതിച്ചു. തടവുകാരെയെല്ലാം വിട്ടയച്ചു. സർക്കാർ വാക്ക് പാലിക്കാത്തതിന്റെ പേരിൽ പിന്നെയും ഗാന്ധിജി സമരം ചെയ്ത് അറസ്റ്റ് വരിച്ചു. അത്തവണ കഠിനശിക്ഷ തന്നെ ലഭിച്ചു.

പോരാട്ടത്തിന് ഗാന്ധിജി കണ്ടെത്തിയ പുതിയ വാക്കാണ് സത്യഗ്രഹം. സമർപ്പണം ചെയ്തുകൊണ്ടുള്ള യജ്ഞമാണ് സത്യഗ്രഹം. സല്ക്കർമ്മത്തിലുള്ള നിഷ്ഠ എന്ന അർത്ഥം വരുന്ന സദാഗ്രഹം എന്ന പദമാണ് സത്യഗ്രഹം എന്ന രീതിയിൽ ഉപയോഗിച്ചത്. സത്യം സ്നേഹത്തെയും സൂചിപ്പിക്കുന്നു എന്ന് ഗാന്ധിജി ചൂണ്ടിക്കാട്ടി. ആഗ്രഹം

എന്നത് ശക്തിയെ ഉല്പാദിപ്പിക്കുന്നതാണ്. അങ്ങനെ നോക്കുമ്പോൾ സത്യാഗ്രഹത്തിനു 'സ്നേഹത്തിൽനിന്നും അഥവാ അഹിംസയിൽ നിന്നും ഉറവെടുക്കുന്ന ശക്തി' എന്നർത്ഥം കിട്ടുന്നു.

ദക്ഷിണാഫ്രിക്കയിലെ വിജയകരമായ ദൗത്യത്തിനുശേഷം 1915 ജനുവരി 9 ന് ഗാന്ധിജിയും കുടുംബവും ബോംബെയിൽ കപ്പലിറങ്ങി. ഉടനെ അദ്ദേഹം ഗോഖലയെ ചെന്നു കണ്ടു. ഗുജറാത്തിൽ താമസിച്ച് ഇന്ത്യയെ സേവിക്കാനാണ് ഗാന്ധിജി ആഗ്രഹിച്ചത്.

ഇന്ത്യയെ കണ്ടെത്തുന്നു

ദക്ഷിണാഫ്രിക്ക വിട്ട് ഇന്ത്യയിൽ താമസം തുടങ്ങിയ ഗാന്ധിജി ജനങ്ങളുടെ പ്രശ്നങ്ങൾ നേരിട്ടറിയാനുള്ള ശ്രമം നടത്തി. ഗ്രാമങ്ങളുമായി ചിരപരിചയം നേടാതെ അവരുടെ പ്രശ്നങ്ങളിലിടപെടാനാകില്ല. ദക്ഷിണാഫ്രിക്കയിലായിരുന്നതുകൊണ്ട് ഇന്ത്യയുടെ അപ്പോഴത്തെ സ്ഥിതി അറിയുമായിരുന്നില്ല.

മൂന്നാം ക്ലാസ് തീവണ്ടിയിൽ യാത്രചെയ്തുകൊണ്ടാണ് ഗാന്ധിജി ഇന്ത്യയെ കണ്ടെത്താൻ ശ്രമിച്ചത്. മൂന്നാം ക്ലാസിൽ യാത്ര ചെയ്യുന്നവന് ടിക്കറ്റ് കിട്ടാൻപോലും പ്രയാസമായിരുന്നു. മൂന്നാം ക്ലാസ് ടിക്കറ്റ് മുൻകൂട്ടി കൊടുക്കുന്ന പതിവില്ല. വണ്ടി വരാറാകുമ്പോഴാണ് ടിക്കറ്റ് കൊടുക്കുക. തിക്കിത്തിരക്കി വേണം ടിക്കറ്റെടുക്കാൻ.

ഗാന്ധിജിക്ക് ഒടുവിലാണ് ടിക്കറ്റ് കിട്ടിയത്. അതുകൊണ്ടുതന്നെ തീവണ്ടിയിൽ കയറാനും നന്നേ ബുദ്ധിമുട്ടി. മൂന്നാം ക്ലാസ് യാത്രക്കാരുടെ ദുരിതത്തിന് കാരണം റെയിൽവേ അധികൃതരാണെന്ന് മനസ്സിലാക്കി.

ഇന്ത്യയിലെങ്ങും ബ്രിട്ടീഷുകാരുടെ ആധിപത്യം നിലനില്ക്കുന്നുണ്ടെന്ന് ഗാന്ധിജിക്ക് മനസ്സിലായി. ചിലർ വിദേശീയരോട് താല്പര്യം പ്രകടിപ്പിക്കുന്നുണ്ടെന്നും അദ്ദേഹത്തിന് അറിയാനായി. ഗ്രാമങ്ങളിൽ അനാചാരങ്ങളും അന്ധവിശ്വാസങ്ങളും നിലനില്ക്കുന്നു. ജാതിചിന്ത ആഴ്ത്തിൽ വേരോടിയിട്ടുണ്ട്. ഗ്രാമീണവാസികളിൽ ഭൂരിഭാഗവും പട്ടിണിയും ചൂഷണവും നിലനില്ക്കുന്നു. ഗാന്ധിജിയെ ഇതെല്ലാം ചിന്തിപ്പിച്ചു.

കച്ചവടത്തിനാണ് ബ്രിട്ടീഷുകാർ വന്നത്. അവർ ഇന്ത്യവിട്ടു പോകണം. ഇന്ത്യ, ഇന്ത്യൻ ജനതയുടേത് മാത്രമാകണം.

തുടർന്നുള്ള ഗാന്ധിജിയുടെ ജീവിതം ഇന്ത്യയുടെ വിമോചനത്തിനായുള്ള പോരാട്ടമായിരുന്നു.

കുംഭമേളയിൽ സന്നദ്ധപ്രവർത്തനത്തിന് ഗാന്ധിജിയും സംഘവും ഹരിദ്വാറിലേക്ക് പോയ അനുഭവം അദ്ദേഹം വിവരിക്കുന്നുണ്ട്. മേള അദ്ദേഹത്തിന്റെ ജീവിതത്തിലെ മറക്കാനാവാത്ത അനുഭവമായി. ഒരു ഭക്തന്റെ വികാരവായ്പോടെയല്ല ഗാന്ധിജി അവിടെ പോയത്. അവിടെ അഞ്ചു കാലുള്ള ഒരു പശുവിനെ പ്രദർശിപ്പിച്ചത് അദ്ദേഹത്തിൽ ആശങ്കയുളവാക്കി. പിന്നീടതിന്റെ സത്യാവസ്ഥ ബോദ്ധ്യപ്പെട്ടു. പണമുണ്ടാക്കാനുള്ള ഒരു വിദ്യയായിരുന്നു അത്. ഏതോ ചത്ത പശുവിന്റെ കാൽ അതിവിദഗ്ദ്ധമായി തുന്നിച്ചേർക്കുകയായിരുന്നു.

ഹരിദ്വാറിൽനിന്ന് മഹാത്മാ മുൻഷി രാംജിയുടെ ആശ്രമം കാണാൻ ഗാന്ധിജി ചെന്നു. ആശ്രമം ശാന്തസുന്ദരമായിരുന്നു. അവിടം അച്ചടക്കവും വിശുദ്ധിയും നിറഞ്ഞുനിന്നിരുന്നു. കുംഭമേളയുടെ അനുഭവത്തിൽനിന്നും നേർവിപരീതാനുഭവം. കുംഭമേളയിൽ അശാന്തിയും വൃത്തികേടും വഞ്ചനയും ബഹളവുമായിരുന്നു.

ഇന്ത്യയെ കണ്ടെത്താനുള്ള യാത്രയിൽ കയ്പേറിയ അനുഭവങ്ങളാണ് ഗാന്ധിജിക്കുണ്ടായത്. ഇത്തരം അനുഭവങ്ങളിൽനിന്നും ജനങ്ങളെ രക്ഷപ്പെടുത്തണം. ജനത സ്വതന്ത്രരാകണം. അടിമത്തവും ചൂഷണവും അയിത്തവും ഇല്ലാതാകണം.

ഇതിനുവേണ്ടി ഒരു ആശ്രമം സ്ഥാപിക്കുവാൻ ഗാന്ധിജി നിശ്ചയിച്ചു. പലരും സ്ഥലങ്ങൾ വാഗ്ദാനം ചെയ്തു. ഒടുവിൽ അഹമ്മദാബാദിലെ കൊച്ചുറാബ് എന്ന പ്രദേശത്തെ ജീവൻലാൽ ദേശായ് വീടും പറമ്പും സൗജന്യമായി നല്കാൻ തയ്യാറായി. ഗുജറാത്തുകാരനായ ഗാന്ധിജി, അവിടെനിന്നു തന്നെ സേവന പ്രവർത്തനങ്ങൾ ആരംഭിക്കണമെന്ന് തീരുമാനിച്ചു. അഹമ്മദാബാദ്, കൈത്തറിയുടെ പുരാതനകേന്ദ്രമായിരുന്നു. നൂൽനൂല്പ് പുനരുദ്ധരിക്കുന്നതിന് അവിടം പ്രയോജനപ്പെടും.

1915 മെയ് 25 ന് സത്യഗ്രഹാശ്രമം സ്ഥാപിച്ചു. ഇരുപത്തഞ്ചോളം പേരാണ് പ്രാരംഭത്തിൽ അന്തേവാസികളായുണ്ടായത്. ഒരു കുടുംബത്തിലെ അംഗങ്ങളെപ്പോലെ എല്ലാവരും കഴിഞ്ഞുകൂടി. ആശ്രമവാസികൾ ചില വ്രതങ്ങൾ അനുഷ്ഠിക്കണമായിരുന്നു. ആശ്രമത്തിലെല്ലാവരും തുല്യരായിരുന്നു. മനുഷ്യസ്നേഹത്തിന് പ്രാധാന്യം നല്കിയാണ് ആശ്രമം പ്രവർത്തിച്ചത്.

ബീഹാറിലെ ജില്ലയായ ചമ്പാരൻ നീലം തോട്ടങ്ങൾക്ക് പ്രസിദ്ധമാണ്. അവിടെ ആയിരക്കണക്കിന് നീലം കർഷകരുണ്ടായിരുന്നു. അവരെല്ലാം ചൂഷണത്തിന് വിധേയരായിരുന്നു. കർഷകർ തങ്ങളുടെ നിലങ്ങളിൽ വലിയൊരു ഭാഗം ജന്മിക്കായി നീലം കൃഷിചെയ്യാൻ നിർബ്ബന്ധിതരായിരുന്നു.

ഗാന്ധിജി നീലം കൃഷിക്കാരുടെ അവസ്ഥ മനസ്സിലാക്കാൻ ചമ്പാരനിലെത്തി. ഇതറിഞ്ഞ് ജന്മിമാർ എതിർപ്പുമായി രംഗത്തിറങ്ങി. അവർ

മജിസ്ട്രേറ്റിനെക്കൊണ്ട് നിരോധനാജ്ഞ പുറപ്പെടുവിച്ചു. ഗാന്ധിജി നിരോധനാജ്ഞ ലംഘിച്ച് കൃഷിക്കാർക്കിടയിൽ പ്രവർത്തിച്ചു. ഇതേ തുടർന്ന് അദ്ദേഹത്തെ അറസ്റ്റുചെയ്തു. മജിസ്ട്രേറ്റിന്റെ മുന്നിൽ ഹാജരാക്കിയപ്പോൾ ഗാന്ധിജി തന്നത്താൻ വാദിച്ചു. നീലം കർഷകരുടെ സ്ഥിതിയറിയാനാണ് താൻ ചെന്നതെന്ന് അദ്ദേഹം വിശദീകരിച്ചു. ജനങ്ങളെ പ്രകോപിതരാക്കാൻ താൻ ശ്രമിച്ചില്ല. ഗാന്ധിജിയുടെ വാദം അംഗീകരിക്കപ്പെടുകയായിരുന്നു.

ചമ്പാരൻ കർഷകർക്കുവേണ്ടി ഗാന്ധിജി നിരന്തരം പോരാടി. ഒടുവിൽ വിജയം കണ്ടെത്തി. കാലാകാലമായി നിലനിന്ന 'തീൻ കഠിയാ' എന്ന സമ്പ്രദായം നിർത്തലാക്കി. അങ്ങനെ ഗാന്ധിജി നീലത്തിന്റെ കറ കഴുകിക്കളഞ്ഞു.

അഹമ്മദാബാദിലെ തുണിമിൽ തൊഴിലാളികളുടെ പ്രശ്നത്തിലും ഗാന്ധിജി ഇടപെട്ടു.. തൊഴിലാളികൾ സമരത്തിനിറങ്ങി. മില്ലുടമ ഒത്തുതീർപ്പിന് വഴങ്ങിയില്ല. അക്രമം കൂടാതെ സമരം നടത്താൻ ഗാന്ധിജി തയ്യാറായി. താൻ നിരാഹാരവ്രതം അനുഷ്ഠിക്കുമെന്ന് അദ്ദേഹം പ്രഖ്യാപിച്ചു. അതോടെ മില്ലുടമ ഒത്തുതീർപ്പിന് തയ്യാറായി.

ഗാന്ധിജിയുടെ ജീവിതം വിശ്രമരഹിതമായിരുന്നു. ജനങ്ങളുടെ നീറുന്ന പ്രശ്നങ്ങളിലെല്ലാം അദ്ദേഹം ഇടപെട്ടു. ജനതയെ അടിച്ചമർത്തി ഭരണം സുഗമമാക്കാനാണ് ബ്രിട്ടീഷ് സർക്കാർ ശ്രമിച്ചുകൊണ്ടിരുന്നത്. അക്രമരഹിതമായിരുന്നു ഗാന്ധിജിയുടെ സമരമാർഗ്ഗം. അതിൽ സ്വാർത്ഥതാല്പര്യം ഒട്ടും സ്പർശിച്ചിട്ടില്ലായിരുന്നു. ജനസേവനം നാടിനുമുഴുവൻ ഗുണപ്രദമായി തീരുന്നതാകണം.

നിരക്ഷരത ജനങ്ങളെ പലതരത്തിലും ബാധിക്കുന്നുണ്ടെന്ന് ഗാന്ധിജി തിരിച്ചറിഞ്ഞു. കുട്ടികൾ വിദ്യാഭ്യാസം ചെയ്യാതെ പാടത്തും പറമ്പിലും പണിയെടുക്കുന്നു. ഇങ്ങനെ കഴിയുന്നവർക്ക് ശുചിത്വബോധമോ സൽസ്വഭാവമോ ഇല്ലായിരുന്നു. ഇതിന് പരിഹാരം കാണണമെന്ന് ഗാന്ധിജി തീരുമാനിച്ചു. ചില ഗ്രാമങ്ങളിൽ അദ്ദേഹം പ്രാഥമികവിദ്യാലയങ്ങൾ ആരംഭിച്ചു. പ്രതിഫലമില്ലാതെ തന്നെ അദ്ധ്യാപകർ പഠിപ്പിക്കാൻ തയ്യാറായി. വിദ്യാഭ്യാസത്തോടൊപ്പം ഗ്രാമശുചീകരണവും വൈദ്യചികിത്സയും ആരംഭിച്ചു.

ശുചീകരണം വളരെ ബുദ്ധിമുട്ടുള്ളതായിരുന്നു. മലവിസർജ്ജനമായിരുന്നു പ്രധാനപ്രശ്നം. അത് മണ്ണിട്ട് മൂടി വൃത്തിയാക്കണമെന്ന ബോധം ജനങ്ങൾക്കില്ലായിരുന്നു. അതുകൊണ്ടുതന്നെ നാനാതരം രോഗങ്ങൾ അവരെ ബാധിച്ചുകൊണ്ടിരുന്നു.

ഒരു ഗ്രാമത്തിൽ ചെന്നപ്പോൾ കണ്ടകാഴ്ച ദയനീയമായിരുന്നെന്ന് ഗാന്ധിജി വിവരിക്കുന്നു. അവിടത്തെ സ്ത്രീകൾ പഴകി മുഷിഞ്ഞ വസ്ത്രങ്ങളാണ് ധരിച്ചിരുന്നത്. അവർക്ക് ധരിക്കുവാൻ വേറെ വസ്ത്രങ്ങളില്ലായിരുന്നു. ഗാന്ധിജി ചിന്താധീനനായി. ഇത് നമ്മുടെ നാടിന്റെ അവസ്ഥയാണ്. ഇത്തരം ചുറ്റുപാടുകളിലാണ് കർഷകരും തൊഴിലാളി

കളും ജീവിക്കുന്നത്. ഇരുളിലാണ്ട ഇവരുടെ കുടിലുകളിൽ പട്ടിണിയും രോഗവും നിത്യസാന്നിദ്ധ്യമാവുന്നു. ദുരിതം തിന്ന് ജീവിക്കേണ്ടിവരുന്ന അവസ്ഥയിൽനിന്നും ഇവർക്ക് മോചനം കിട്ടണം.

ഉടുതുണിയും മറുതുണിയുമില്ലാതെ പട്ടിണികിടക്കുന്നവർക്കു വേണ്ടി ജീവിതം സമർപ്പിക്കണമെന്ന് ഗാന്ധിജി ആഹ്വാനം ചെയ്തു.

ഗാന്ധിജിയെ ഏറെ ദുഃഖിപ്പിച്ച സംഭവമായിരുന്നു ജാലിയൻ വാലാബാഗ് കൂട്ടക്കൊല. അനേകം പേർ കൊല്ലപ്പെട്ട ആ സംഭവം അന്വേഷിക്കാൻ ഗാന്ധിജി പോവുകയുണ്ടായി. ജനങ്ങൾ പൊട്ടിക്കരഞ്ഞുകൊണ്ട് കാര്യങ്ങൾ വിവരിച്ചു. അനേകം പേർക്ക് അച്ഛനും അമ്മയും നഷ്ടപ്പെട്ടു. അനേകം പേരുടെ മക്കൾ കൊല്ലപ്പെട്ടു. രക്തം തളം കെട്ടിനിന്ന പ്രദേശം കണ്ട് ഗാന്ധിജി കരഞ്ഞുപോയി.

മൃഗീയമായിരുന്നു ജാലിയൻ വാലാബാഗ് കൂട്ടക്കൊല.

ഇന്ത്യക്ക് സ്വരാജ്യാവകാശം ലഭിക്കണം എന്നാണ് ഗാന്ധിജി ആഗ്രഹിച്ചത്. ഭാരതീയരുടെ ജന്മാവകാശമാണിത്. ഇത് നേടിയെടുക്കാൻ ജീവൻ ബലിയർപ്പിക്കാനും തയ്യാറാവണമെന്ന് ഗാന്ധിജി പറഞ്ഞു.

ഗാന്ധിജിയുടെ ആവശ്യങ്ങളൊന്നും ബ്രിട്ടീഷ് സർക്കാർ അംഗീകരിച്ചില്ല. ജനതയെ ഭിന്നിപ്പിച്ച് അധികാരം നിലനിർത്താനാണ് അവർ ശ്രദ്ധിച്ചത്. ഭാരതീയരോട് സ്നേഹമോ അനുകമ്പയോ ബ്രിട്ടീഷുകാർക്കില്ലായിരുന്നു.

ഈ പശ്ചാത്തലത്തിലാണ് നിസ്സഹകരണ പ്രസ്ഥാനം രൂപമെടുത്തത്. സർക്കാരുമായി ഒരു വിധത്തിലും സഹകരിക്കരുതെന്ന് തീരുമാനിച്ചു. ഗവൺമെന്റ് നല്കിയ സമ്മാനങ്ങളും ബഹുമതികളും തിരിച്ചു നല്കി. നികുതി കൊടുക്കില്ലെന്ന് തീരുമാനിച്ചു.

ഗാന്ധിജി രാജ്യമെങ്ങും സഞ്ചരിച്ച് നിസ്സഹകരണപ്രസ്ഥാനത്തിന്റെ ലക്ഷ്യം ജനങ്ങളെ ബോദ്ധ്യപ്പെടുത്തി.

നിസ്സഹകരണപ്രസ്ഥാനം ശക്തി പ്രാപിച്ചു. അഭിഭാഷകർ കോടതി ബഹിഷ്കരിച്ചു. സുഭാഷ് ചന്ദ്രബോസ് സിവിൽ സർവ്വീസ് ജോലി ഉപേക്ഷിച്ചത് ഈ കാലത്താണ്. വിദ്യാർത്ഥികൾ പഠനം ഉപേക്ഷിച്ച് തെരുവിലിറങ്ങി. വിദേശവസ്തുക്കൾ ബഹിഷ്കരിച്ചു. വിദേശവസ്ത്രങ്ങൾ തീയിട്ട് നശിപ്പിച്ചു.

ഇന്ത്യ സ്വദേശീബോധത്താൽ ഉണർന്നുവരികയായിരുന്നു.

സ്വദേശീചിന്ത വികസിപ്പിക്കുന്നതിന് ഗാന്ധിജി കണ്ടെത്തിയ ഒരു വഴി നൂൽനൂല്പായിരുന്നു. ചർക്കയോ തക്ലിയിലോ നൂൽ നൂല്ക്കണം. ആ നൂലുകൊണ്ടുണ്ടാക്കുന്ന വസ്ത്രം ധരിക്കണം. ഖാദി വസ്ത്രം എന്ന് ഇതിനെ വിളിച്ചു. ഖാദി മാത്രമല്ല നിത്യോപയോഗ സാധനങ്ങളും കുടിൽ വ്യവസായങ്ങളിലൂടെ ഉണ്ടാക്കണം.

ഗാന്ധിജി നാടാകെ സഞ്ചരിച്ച് ഖാദി പ്രചരിപ്പിച്ചു. അയിത്തോച്ചാടനത്തിന് ആഹ്വാനം നല്കി. മതസൗഹാർദ്ദത്തിനും അദ്ദേഹം മുഖ്യസ്ഥാനം നല്കി.

അമൃതസർ കോൺഗ്രസ് സമ്മേളനം തൊട്ട് ഗാന്ധിജി കോൺഗ്രസ് പ്രസ്ഥാനത്തിന്റെ ഭാഗമായാണ് പ്രവർത്തിച്ചത്. കോൺഗ്രസിനുവേണ്ടി വല്ലതും ചെയ്യണമെന്നദ്ദേഹം നിശ്ചയിച്ചു. ആകപ്പാടെ കെട്ടിലും മട്ടിലും കോൺഗ്രസിന് ഒരു വ്യവസ്ഥയുണ്ടാകണമെന്ന് ചിന്തിച്ചിരുന്ന കാലമാണത്. പ്രസ്ഥാനത്തിന് കൃത്യമായ ഒരു ഭരണഘടനയുണ്ടാക്കുന്ന ചുമതല ഗാന്ധിജിക്കായിരുന്നു. ലോകമാന്യതിലകനും ദേശബന്ധു സി ആർ ദാസും സഹായിച്ചു. മൂന്നുപേരും ചേർന്ന് എഴുതിയുണ്ടാക്കിയ ഭരണഘടന ഐകകണ്ഠ്യേന അംഗീകരിക്കപ്പെട്ടു. ആ ഭരണഘടന പൂർണ്ണമായും പ്രാവർത്തികമാക്കിയാൽ സ്വരാജ്യം എളുപ്പത്തിൽ നേടാനാകുമെന്ന് ഗാന്ധിജി വിശ്വസിച്ചു.

ഗീതയ്ക്കു മാതാവായ ഭൂമിയെ ദൃഢമിതു-
മാതിരിയൊരുകർമ്മ യോഗിയെ പ്രസവിക്കൂ
ഹിമവദ്വിന്ധ്യാചല മദ്ധ്യമദേശത്തെ കാണൂ
ശമമേ ശീലിച്ചെഴുമിത്തരം സിംഹത്തിനെ
ഗംഗയാറൊഴുകുന്ന നാട്ടിലെ ശരിക്കിത്ര
മംഗളം കായ്ക്കും കല്പ പാദപമുണ്ടായ് വരും.

(വള്ളത്തോൾ)

ദണ്ഡിയാത്ര

ഗാന്ധിജിയുടെ സമരവഴിയിൽ ഏറെ ശ്രദ്ധേയമായിരുന്നു ദണ്ഡിയാത്ര. 'സാൾട്ട് മാർച്ച്'. എന്നും 'ഉപ്പുസത്യഗ്രഹജാഥ' എന്നും വിശേഷിപ്പിക്കുന്ന ആ യാത്ര ഇന്ത്യൻ ജനതയെയാകെ ഉണർത്തുന്നതായിരുന്നു. ലോകം മുഴുവൻ അത് ശ്രദ്ധിച്ചു. അടിമബോധം കുടഞ്ഞുകളയാനുള്ള ആവേശം അത് ജനങ്ങളിൽ സൃഷ്ടിച്ചു.

ഗാന്ധിജി നീണ്ട പല യാത്രകളും നടത്തിയിട്ടുണ്ട്. ഇത് ഏറ്റവും ദീർഘമേറിയതായിരുന്നു. ഭാര്യയെയും മക്കളെയും മകന്റെ മകനെയും യാത്രയിൽ പങ്കാളികളാക്കിയെന്നത് മറ്റൊരു സവിശേഷത. സമരമുഖത്തേക്ക് കുടുംബത്തോടെയുള്ള യാത്ര.

ഉപ്പ് സത്യഗ്രഹം എന്നു കേട്ടപ്പോൾ പലർക്കും തമാശയായി തോന്നി. 'ഉപ്പെങ്ങനെ സമരായുധമാകും' കേട്ടവരിലെല്ലാം അമ്പരപ്പുണ്ടായി. സൂര്യനസ്തമിക്കാത്ത ബ്രിട്ടീഷ് സാമ്രാജ്യമായ ബ്രിട്ടനെ ഉപ്പിന് തോല്പിക്കാനാകുമോ? നേതാക്കളിലെല്ലാം സംശയം പടർന്നിരുന്നു.

ഗാന്ധിജിക്ക് ഒട്ടും ആശങ്കയില്ലായിരുന്നു.

ഉപ്പ് പ്രകൃതിയുടെ വരദാനമാണ്. കുടിൽ തൊട്ട് കൊട്ടാരം വരെയുള്ളവർ അതുപയോഗിക്കുന്നു. ഹിന്ദുവിനും മുസൽമാനും ക്രിസ്ത്യാനിക്കും ഉപ്പ് വേണം. നാൽക്കാലികൾക്കുപോലും അത് കൂടിയേ തീരു. ആ ഉപ്പിനാണ് ബ്രിട്ടീഷ് സർക്കാർ നികുതി ചുമത്തിയത്.

ഉപ്പ് നികുതി പാവങ്ങളെ ബാധിക്കുമെന്ന് ഗാന്ധിജി മനസ്സിലാക്കി. ഉപ്പിന് ജാതിയോ മതമോ ഇല്ല. സമൂഹത്തെയാകെ ബാധിക്കുന്നതാണ് ഉപ്പ് നികുതി.

ഉപ്പ് സമരം തുടങ്ങുന്നതിനുമുമ്പ് ഗാന്ധിജി വൈസ്രോയിക്ക് കത്തെഴുതി. ഉപ്പ് നികുതി പിൻവലിക്കണമെന്ന് അതിലാവശ്യപ്പെട്ടിരുന്നു.

വൈസ്രോയി ആവശ്യങ്ങൾ നിരാകരിച്ചു. 'അപ്പം കിട്ടാൻ ഞാൻ മുട്ടു കുത്തി പ്രാർത്ഥിച്ചെങ്കിലും കിട്ടിയത് കല്ല്' എന്ന് ഗാന്ധിജി പറഞ്ഞു.

ഉപ്പ് സമരത്തിൽ പങ്കെടുക്കാൻ നാട്ടുകാരെ ആഹ്വാനം ചെയ്തു. സർക്കാർ സർവ്വീസിലുള്ളവർ അതുപേക്ഷിച്ച് സമരത്തിൽ ചേർന്നു. വക്കീലന്മാർ കോടതി ബഹിഷ്കരിച്ചു. വിദ്യാർത്ഥികൾ പഠനം ഉപേക്ഷിച്ചു.

സ്വാതന്ത്ര്യം എന്ന ഒരൊറ്റ കണ്ണിയിൽ ഇന്ത്യൻ ജനത അണിചേരുകയായിരുന്നു. 1980 മാർച്ച് 12 ന് സബർമതി ആശ്രമത്തിൽനിന്നാണ് ഉപ്പുസമരവളണ്ടിയർമാർ പുറപ്പെട്ടത്. ഉപ്പുനികുതി പിൻവലിക്കാതെ ഇനി ആശ്രമത്തിലേക്കില്ലെന്ന് ഗാന്ധിജി പ്രഖ്യാപിച്ചു. സ്വാതന്ത്ര്യം ലഭിച്ചില്ലെങ്കിൽ ഞാൻ വഴിയിൽ മരിച്ചുവീഴുമെന്നും അദ്ദേഹം പറഞ്ഞു.

ദണ്ഡിയാത്രയുടെ ഒരുക്കങ്ങൾ ആവേശം നിറഞ്ഞതായിരുന്നു. അന്ന് ഗാന്ധിജിയും സത്യഗ്രഹികളും നേരത്തെ ഉണർന്നു. കുളിച്ചൊരുങ്ങി യാത്രയ്ക്ക് തയ്യാറായി. കസ്തൂർബ ഖാദി നൂലുകൊണ്ടുള്ള ഒരു മാല ഗാന്ധിജിയെ അണിയിച്ചു. അദ്ദേഹത്തിന്റെ നെറ്റിയിൽ തിലകം ചാർത്തി.

അന്ന് ഗാന്ധിജിക്ക് 61 വയസ്സ്. പത്നി കസ്തൂർബായിക്കും 61 വയസ്സ് തന്നെ. സമപ്രായക്കാരായ ദമ്പതിമാർ. മക്കളെയും കൂട്ടി സ്വാതന്ത്ര്യ സമരത്തിനിറങ്ങുന്നു. സമരചരിത്രത്തിലെ അപൂർവ്വാനുഭവം. ആശ്രമവും പരിസരവും അനുയായികളെക്കൊണ്ട് നിറഞ്ഞു. അവർ ആവേശത്തോടെ മുദ്രാവാക്യം വിളിച്ചു.

ഗാന്ധിജിയുടെ കൂടെ 78 പേരാണ് അണിനിരന്നത്. ഇന്ത്യയിലെ എല്ലാ പ്രദേശങ്ങളിൽനിന്നും സമരഭടന്മാരെത്തിയിരുന്നു. ഹിന്ദുവും മുസൽമാനും ക്രിസ്ത്യാനിയും അക്കൂട്ടത്തിലുണ്ട്. ബ്രാഹ്മണൻ തൊട്ട് ഹരിജനങ്ങൾവരെയുള്ളവർ പങ്കെടുത്തു. പുരുഷന്മാരുടെ കൂടെ സ്ത്രീകളും സമരസന്നദ്ധരായി.

സിവിൽ നിയമലംഘനം തുടങ്ങിയാൽ അറസ്റ്റും മർദ്ദനവുമുണ്ടാകുമെന്ന് ഗാന്ധിജി മുന്നറിയിപ്പ് നല്കി. തന്നെ അറസ്റ്റ് ചെയ്താലും സമരം മുന്നോട്ട് കൊണ്ടുപോകണം. ഇന്ത്യക്ക് സ്വാതന്ത്ര്യം കിട്ടുന്നതുവരെ ആരും അടങ്ങിയിരിക്കരുത്.

ആശ്രമത്തിലെ അന്തേവാസികൾ ഭജന പാടിക്കൊണ്ടിരുന്നു. എല്ലാ കണ്ണുകളും ഒരാളിൽ മാത്രമായി.

മെലിഞ്ഞ് ആ മനുഷ്യൻ വടിയും കുത്തി ആശ്രമത്തിന് പുറത്തിറങ്ങി.

ജനങ്ങൾ ഗാന്ധിജിക്ക് ജയാരവം മുഴക്കി.

ഒരു തീർത്ഥയാത്ര ആരംഭിക്കുകയായിരുന്നു.

"ഒന്നുകിൽ ഞാൻ എന്റെ ലക്ഷ്യം നേടി തിരിച്ചുവരും. പരാജയപ്പെട്ടാൽ എന്റെ ജഡം സമുദ്രത്തിനു സംഭാവന ചെയ്യും." ഗാന്ധിജി പറഞ്ഞു.

പണ്ഡിറ്റ് ജവഹർലാൽ നെഹ്റു പറഞ്ഞു: "ഗാന്ധിജി ഇന്ന് തീർത്ഥ യാത്ര തുടങ്ങുന്നു. ഉറച്ച കാൽവെപ്പോടെയും തെളിഞ്ഞ നോട്ടത്തോടെ യുമാണ് അദ്ദേഹം മുന്നോട്ട് നീങ്ങുന്നത്. മഹത്തായൊരു ലക്ഷ്യത്തിന്റെ അഗ്നി അദ്ദേഹത്തിൽ എരിഞ്ഞുനില്ക്കുന്നുണ്ട്. ഇന്ത്യക്കാരോടുള്ള സ്നേഹമാണ് അദ്ദേഹത്തിന്റെ ചൈതന്യം."

മനസ്സിലെ തീപ്പൊരി ജനതയിൽ ജ്വലിപ്പിച്ചുകൊണ്ടാണ് ഗാന്ധിജി സത്യഗ്രഹജാഥ നയിച്ചത്. ഒരു മഹാസാമ്രാജ്യത്തെ ഒരു പിടി ഉപ്പ് കൊണ്ട് നേരിടുമെന്ന് പ്രഖ്യാപിച്ചു. ഒരു യുവധീരന്റെ സാഹസികത അദ്ദേഹ ത്തിൽ ദൃശ്യമായിരുന്നു.

ഗാന്ധിജി ഒരു തേജസ്സായി മുന്നിൽ നീങ്ങി.

സബർമതിയിൽനിന്നും ദണ്ഡിയിലേക്ക് ഇരുന്നൂറോളം നാഴിക ദൂര മുണ്ട്. കിലോമീറ്റർ കണക്കാക്കിയാൽ 320 ലേറെ വരും. അത്രയും ദൂരം ഇരുപത്തിനാലുദിവസംകൊണ്ട് പിന്നിട്ടു. വഴിയിൽ പൂക്കൾ വിതറിയാണ് ജനങ്ങൾ സത്യഗ്രഹികളെ വരവേറ്റത്.

സബർമതിയിൽനിന്നും പുറപ്പെട്ട ഗാന്ധിജിയുടെ സന്ദേശം കുഗ്രാ മങ്ങളിലെ കുടിലുകളിലും പ്രതിദ്ധ്വനിച്ചു. തങ്ങളിനിമുതൽ അടിമകളല്ല എന്ന വിശ്വാസം ജനങ്ങളിൽ ഉടലെടുത്തു. വീടുകളിൽ വിളക്ക് കൊളുത്തി അവർ ഗാന്ധിജിക്കുവേണ്ടി പ്രാർത്ഥിച്ചു.

1930 ഏപ്രിൽ 5 ന് ഗാന്ധിജിയും സമരഭടന്മാരും ദണ്ഡിയിലെത്തി. അന്ന് വിശ്രമിച്ചു. അടുത്ത ദിവസമാണ് നിയമലംഘനം തീരുമാനിച്ചത്. ആ രാത്രി ആരും ഉറങ്ങിയില്ല.

ഗാന്ധിജിയും സത്യഗ്രഹികളും പ്രഭാതത്തിലുണർന്നു. കുളി കഴിഞ്ഞ് പ്രാർത്ഥിച്ചു. ഗാന്ധിജി സമരഭടന്മാരോടൊപ്പം കടലിനടുത്തേക്ക് നടന്നു. രാജ്യത്തിന്റെ നാനാഭാഗത്തുനിന്നും വന്നവരെക്കൊണ്ട് കടൽക്കര നിറഞ്ഞിരുന്നു.

ജനം ഗാന്ധിജിക്ക് ജയാരവം മുഴക്കി.

സരോജിനി നായിഡു'നിയമലംഘക'ന്റെ നെറ്റിയിൽ തിലകം ചാർത്തി.

ഗാന്ധിജി കുനിഞ്ഞ് നിന്ന് ഉപ്പ് വാരിയെടുത്തു. ലോകത്തെങ്ങുമുള്ള പത്രപ്രവർത്തകർ അത് ക്യാമറകളിൽ പകർത്തി. ഭടന്മാർ കടൽ വെള്ളം കോരിക്കൊണ്ടുവന്ന് കുറുക്കി ഉപ്പുണ്ടാക്കി.

നിയലംഘനം നടത്തിയശേഷം ഗാന്ധിജി ജനങ്ങളെ നോക്കി പ്രസ്താവിച്ചു."ഇവിടെ ഉപ്പുനിയമം ലംഘിക്കപ്പെട്ടു. സർക്കാർ നടപടി നേരിടാൻ തയ്യാറായ ആർക്കും എവിടെവച്ചും നിയമം ലംഘിക്കാം. പ്രവർത്തകർ സാധിക്കുന്ന എല്ലാ പ്രദേശത്തും ഉപ്പുണ്ടാക്കണം. രഹ സ്യമായി ആരും നിയമം ലംഘിക്കരുത്. പരസ്യമായി ചെയ്യണം. അധി കാരികളെ വെല്ലുവിളിച്ച് ഉപ്പുവാരണം."

ഗാന്ധിജിയുടെ ആഹ്വാനം ജനങ്ങളിൽ പ്രതിഫലിച്ചു. ദേശീയ പതാക ഉയർത്തിപ്പിടിച്ച് അവർ തെരുവിലിറങ്ങി. വിദേശവസ്ത്രം ബഹി

ഷ്കരിച്ചു. മദ്യഷാപ്പ് പിക്കറ്റ് ചെയ്തു.

ഗാന്ധിജിയുടെ നേരെ വളരെ കരുതലോടെയാണ് സർക്കാർ നീങ്ങിയത്. ഗാന്ധിജിയെ തൊടാതെ പൊലീസ് സമരക്കാരെ നേരിട്ടു. പ്രസ് ഓർഡിനൻസ് പാസാക്കി. *യങ് ഇന്ത്യ* പ്രസ് കണ്ടുകെട്ടി. തുടർന്ന് കല്ലച്ചിൽ അച്ചടിച്ച് *യങ് ഇന്ത്യ* പുറത്തിറക്കി.

അറസ്റ്റുകളും ജയിൽവാസവും തുടർന്നുകൊണ്ടിരുന്നു. ഗാന്ധിജി അക്ഷോഭ്യനായി നിലകൊണ്ടു. അദ്ദേഹം വൈസ്രോയിക്ക് കത്തയച്ചു. ഒന്നുകിൽ ഉപ്പുനിയമം പിൻവലിക്കുക. അല്ലെങ്കിൽ നിയമം ലംഘിക്കുന്നവരെയെല്ലാം ശിക്ഷിക്കണം.

അനുദിനം സമരം ശക്തിപ്പെട്ടുകൊണ്ടിരുന്നു.

ഒടുവിൽ ഇരുട്ടിന്റെ മറപറ്റിയെത്തിയ പൊലീസ് ഗാന്ധിജിയെ അറസ്റ്റ് ചെയ്തു. യർവാദാ ജയിലിൽ പാർപ്പിച്ചു.

അർദ്ധരാത്രി പതുങ്ങിയെത്തിയാണ് ബ്രിട്ടീഷ് സർക്കാർ ഗാന്ധിജിയെ അറസ്റ്റുചെയ്തത്. വാർത്ത അറിഞ്ഞതോടെ ജനം ഇളകിമറിഞ്ഞു. പ്രതിഷേധപ്രകടനങ്ങളും പണിമുടക്കുകളും നടന്നു. ജയിലുകൾ നിറഞ്ഞു കവിഞ്ഞു.

സത്യഗ്രഹികൾ പൊലീസിനെയും പട്ടാളത്തെയും ഭയന്നില്ല.

സരോജിനി നായിഡുവും ഗാന്ധിജിയുടെ മകൻ മണിലാലും ചേർന്ന് ധരാസനാ ഉപ്പുഡിപ്പോവിന് മുന്നിൽ സത്യഗ്രഹം ചെയ്യാൻ പുറപ്പെട്ടു. പൊലീസുകാർ അവരെ പിരിച്ചയക്കാൻ ലാത്തിച്ചാർജ്ജും വെടിവെപ്പും നടത്തി. ക്രൂരമായിരുന്നു നരവേട്ട.

രാജ്യമാകെ ഹർത്താലും സമരവും നിയമലംഘനവുംകൊണ്ട് സംഘർഷഭരിതമായപ്പോൾ സർക്കാർ ഒത്തുതീർപ്പിന് തയ്യാറായി. ഗാന്ധിജിയെയും മറ്റു തടവുകാരെയും മോചിപ്പിച്ചു. വൈസ്രോയി ഗാന്ധിജിയുമായി കൂടിക്കാഴ്ച നടത്തി. ഒരു സന്ധിയിൽ ഇരുവരും ഒപ്പുവച്ചു. ഇത് ഗാന്ധി-ഇർവിൻ സന്ധി എന്നറിയപ്പെടുന്നു. ഉപ്പിന് ഏർപ്പെടുത്തിയിരുന്ന അധികനികുതി പിൻവലിച്ചു. നേരത്തെ ഗാന്ധിജി ആവശ്യപ്പെട്ടിരുന്ന പതിനൊന്നാവശ്യങ്ങളും അംഗീകരിച്ചതോടെ സിവിൽ നിയമലംഘനം പിൻവലിച്ചു.

വട്ടമേശ സമ്മേളനത്തിൽ

വട്ടമേശ സമ്മേളനം ചേർന്നത് ലണ്ടനിലാണ്. അവിടത്തെ സെന്റ് ജെയിംസ് കൊട്ടാരത്തിൽ. അതിൽ പങ്കെടുക്കാൻ കോൺഗ്രസ് നിയോഗിച്ചത് ഗാന്ധിജിയെയാണ്. 1931 സെപ്തംബർ 14 നായിരുന്നു ആ സമ്മേളനം.

ആഗസ്ത് അവസാനത്തിൽ ഗാന്ധിജി കപ്പലിൽ യാത്ര പുറപ്പെട്ടു. മഹാദേവദേശായി, മദൻമോഹൻമാളവ്യ, പ്യാരേലാൽ, മീരാബഹൻ തുടങ്ങിയവർ ഗാന്ധിജിയോടൊപ്പമുണ്ടായിരുന്നു.

കപ്പലിലെ രണ്ടാം ക്ലാസിലാണ് സംഘം യാത്ര ചെയ്തത്. മുട്ടുമറയാത്ത ഒറ്റ മുണ്ടും കൈയിൽ ഊന്നുവടിയുമായി ലണ്ടൻ തുറമുഖത്ത് കപ്പലിറങ്ങിയപ്പോൾ സ്വീകരിക്കാൻ ധാരാളം പേർ എത്തിയിരുന്നു. മനുഷ്യനന്മയുടെ പ്രവാചകന് സ്വാഗതം എന്ന ബാനർ അവരുയർത്തിപ്പിടിച്ചിരുന്നു.

കൊട്ടാരത്തിലുള്ളവരും സ്വീകരിക്കാനെത്തിയിരുന്നു. ആർഭാടം നിറഞ്ഞ ഹോട്ടലിൽ അദ്ദേഹത്തിന് താമസമേർപ്പെടുത്തിയിരുന്നു. എന്നാൽ ഗാന്ധിജി അതൊന്നും സ്വീകരിച്ചില്ല. ചേരിപ്രദേശങ്ങളിലെ തൊഴിലാളികളുടെ കൂടെ ചെന്നു. ഖദർഷാൾ പുതച്ച് നീങ്ങുന്ന മെലിഞ്ഞ മനുഷ്യൻ ലണ്ടൻകാരെ അമ്പരിപ്പിച്ചു. പരിഷ്കാരികളുടെ നാട്ടിൽ നടക്കുന്ന സമ്മേളനത്തിൽ പങ്കെടുക്കാനാണദ്ദേഹം എത്തിയിരിക്കുന്നത്. തീർത്തും ലളിതവേഷത്തിൽ അർദ്ധനഗ്നനായി.

ചേരിപ്രദേശത്തെ ഒരു ദരിദ്രന്റെ വീട്ടിൽ ഗാന്ധിജി താമസിച്ചു. ചേരിനിവാസികൾ അവരുടെ കദനകഥകൾ ഗാന്ധിജിയെ വിവരിച്ചു കേൾ

പ്പിച്ചു. ഇന്ത്യയിലെ സ്ഥിതി ഗാന്ധിജിയും വിവരിച്ചുകൊടുത്തു.

ലോകമെങ്ങുമുള്ള പത്രങ്ങൾ ഗാന്ധിജിയുടെ വരവ് റിപ്പോർട്ട് ചെയ്തു. എവിടെയും അദ്ദേഹം ചർച്ചാവിഷയമായി. കൊട്ടാരത്തിലെ താമസത്തിനുപകരം ചേരിയിൽ അന്തിയുറങ്ങി. സൂട്ടും കോട്ടും ടൈയും ധരിക്കാതെ ഒറ്റമുണ്ടും ഷാളും ഉപയോഗിച്ച്. താൻ ലളിതമായി വേഷം ധരിക്കുന്നതിന്റെ കാരണം അദ്ദേഹം വിവരിച്ചുകൊടുത്തു. ഇന്ത്യയിൽ ലഭിക്കുന്ന ആകെ വസ്ത്രം ഓരോരാൾക്കും വീതിച്ചാൽ താൻ ഉടുത്തിരിക്കുന്നതിന്റെ പകുതി പോലും വരില്ലെന്നുംഅദ്ദേഹം ചൂണ്ടിക്കാട്ടി.

വട്ടമേശ സമ്മേളനം തുടങ്ങി. വന്നവരിൽ ഭൂരിഭാഗവും ബ്രിട്ടീഷ് സർക്കാരിന്റെ സ്തുതി പാഠകരായിരുന്നു. രാജാക്കന്മാരുടെയും മറ്റും പ്രതിനിധികൾ സമ്മേളനത്തിലെത്തിയിരുന്നു. ഗാന്ധിജിയൊഴിച്ച് മറ്റു പങ്കെടുത്തവരെല്ലാം സ്വന്തം കാര്യം മാത്രമാണ് സംസാരിച്ചത്. 'ഒരേ ഒരിന്ത്യ, ഒരൊറ്റ ജനത' എന്ന ആശയം ഗാന്ധിജി ഉയർത്തിപ്പിടിച്ചു. കാര്യമായ തീരുമാനമൊന്നും എടുക്കാനാകാതെ വട്ടമേശസമ്മേളനം പരാജയപ്പെട്ടു.

വട്ടമേശ സമ്മേളനത്തിൽ പങ്കെടുക്കാൻ ചെന്ന ഗാന്ധിജി 24 ദിവസം ലണ്ടനിൽ താമസിച്ചു. ഈ ദിവസങ്ങൾ തിരക്കുപിടിച്ചതായിരുന്നു. ധാരാളം പേർ അദ്ദേഹത്തെ കാണാനെത്തി. എല്ലാവരെയും വിസ്മയിപ്പിച്ചത് അദ്ദേഹത്തിന്റെ വസ്ത്രധാരണമാണ്. ലളിതമായ വസ്ത്രത്തോടെ കൊട്ടാരത്തിൽ ചർച്ചയ്ക്കെത്തിയ മഹാപുരുഷൻ. ഇന്ത്യയുടെ സ്വാതന്ത്ര്യത്തെപ്പറ്റി മാത്രം സംസാരിച്ചുകൊണ്ടിരുന്ന ദേശാഭിമാനി.

ലണ്ടൻ താമസത്തിനിടയിൽ ഗാന്ധിജി ബർണാഡ് ഷായെ പരിചയപ്പെട്ടു. ഹാസ്യനടൻ ചാർളി ചാപ്ലിനുമായും സൗഹൃദത്തിലേർപ്പെട്ടു. അവിടത്തെ ആർച്ചുബിഷപ്പിനെയും ചെന്നു കണ്ടു. തിരികെയുള്ള യാത്രയിൽ മുസ്സോളിനിയെയും കണ്ടു. ഇറ്റലി രാജാവിന്റെ മകൾ മേരിയരാജകുമാരിയും ടോൾസ്റ്റോയിയുടെ മകൾ സിഗനോറ ആൽബർട്ടിനും ഗാന്ധിജിയെ വന്നു കണ്ട് അഭിവാദ്യം ചെയ്തു.

തന്നെ വന്നു കണ്ടവരോടൊപ്പം ഗാന്ധിജി സംസാരിച്ചത് ഇന്ത്യയെക്കുറിച്ചാണ്. ഇന്ത്യൻ സ്വാതന്ത്ര്യത്തെക്കുറിച്ചാണ്. ഇന്ത്യയുടെ പുരാതന സംസ്കാരത്തെക്കുറിച്ചാണ്. സത്യവും അഹിംസയുംകൊണ്ടാണ് ബ്രിട്ടീഷ് സർക്കാരിനെ താൻ നേരിടുന്നതെന്നും വ്യക്തമാക്കി.

ഗാന്ധിജിയുടെ 62-ാം ജന്മദിനം ലണ്ടനിൽ വച്ചാണ് കൊണ്ടാടിയത്. കൊണ്ടാടിയത് എന്നു പറഞ്ഞാൽ ആർഭാടമോ ആഘോഷമോ ഇല്ലാതെയാണ് എന്നാണർത്ഥമാക്കേണ്ടത്. തീർത്തും ലളിതമായിരുന്നു പിറന്നാൾ ചടങ്ങ്. ഭക്ഷണം ലഘുവായിരുന്നു. എല്ലാവരും തറയിലിരുന്ന് ഭക്ഷണം കഴിച്ചു.

ബക്കിങ്ഹാം കൊട്ടാരത്തിലെ വിരുന്നിനു പോകുമ്പോൾ പതിവ് വേഷമാണ് ധരിച്ചിരുന്നത്. കൊട്ടാരത്തിനു വെളിയിലെ കാവല്ക്കാരന് ഗാന്ധിജിയെ മനസ്സിലായില്ല. അർദ്ധനഗ്നനായ ഗാന്ധിജിയെ അകത്തേക്ക് കടത്തിവിടാൻ അയാൾ ആദ്യം മടിച്ചു. പിന്നെ കടത്തിവിട്ടു. രാജാവിന് ഗാന്ധിജിയുടെ വേഷം ഇഷ്ടപ്പെട്ടില്ല. അതിന്റെ നീരസം ആ മുഖത്ത് ദൃശ്യമായി. ഗാന്ധിജി സൽക്കാരം സ്വീകരിക്കാതെ പുറത്തിറങ്ങുകയായിരുന്നു.

സമ്മേളനം കഴിഞ്ഞ് ഗാന്ധിജി ബോംബെ തുറമുഖത്ത് കപ്പലിറങ്ങിയപ്പോൾ സ്വീകരിക്കാൻ സഹപ്രവർത്തകരും സുഹൃത്തുക്കളും കാത്തുനിന്നിരുന്നു. അവരെ നോക്കി ഗാന്ധിജി പുഞ്ചിരിച്ചു. ഇരുകൈകളും നിവർത്തിക്കാട്ടിക്കൊണ്ട് അദ്ദേഹം പറഞ്ഞു. "ഞാനിതാ വെറും കൈയോടെ തിരിച്ചെത്തിയിരിക്കുന്നു. നമുക്ക് നമ്മുടെ വഴിയിൽ മുന്നോട്ട് പോകാം."

ഗാന്ധിജി വട്ടമേശസമ്മേളനത്തിൽ പങ്കെടുത്ത് തിരിച്ചു വരുന്നതിനിടയിൽ ഇന്ത്യയിൽ പല സംഭവങ്ങളുമുണ്ടായി. കോൺഗ്രസ് നികുതി നിഷേധപ്രസ്ഥാനം ആരംഭിച്ചിരുന്നു. നാടാകെ അറസ്റ്റും മർദ്ദനവും നടന്നു. സർക്കാർ പൗരസ്വാതന്ത്ര്യത്തിനെതിരായ പല നിയമങ്ങളും പാസാക്കി. ജവഹർലാൽ നെഹ്റു, ഖാൻ അബ്ദുൾ ഗാഫർഖാൻ തുടങ്ങിയ ഒട്ടേറെ നേതാക്കളെ ജയിലിലടച്ചിരുന്നു.

ഗാന്ധിജി താല്ക്കാലികസ്ഥിതി വിലയിരുത്തി. ഇതു സംബന്ധിച്ച് വൈസ്രോയിക്ക് കത്തയച്ചു.

ബോംബെ ആസാദ് കടപ്പുറത്ത് വമ്പിച്ച പ്രതിഷേധറാലി നടന്നു. സർക്കാർ നടപടികൾ അപലപിച്ചുകൊണ്ട് ഗാന്ധിജി പ്രസംഗിച്ചു. അനുകൂലമായ തീരുമാനം സർക്കാരിന്റെ ഭാഗത്തുനിന്നുണ്ടാകുന്നില്ലെങ്കിൽ മരണംവരെ ഉപവസിക്കുകമെന്നും അദ്ദേഹം പ്രഖ്യാപിച്ചു

ഗാന്ധിജി അയച്ച കത്തിന് അനുകൂലമായ മറുപടി കിട്ടിയില്ല.

കോൺഗ്രസിന്റെ നേതൃത്വത്തിൽ സമരം തുടർന്നുകൊണ്ടിരുന്നു.

1932 ജനുവരി 4 ന് ഗാന്ധിജിയെ അറസ്റ്റ് ചെയ്തു. കോടതിയിൽ ഹാജരാക്കിയില്ല. യർവാദാ ജയിലിലേക്കാണ് കൊണ്ടുപോയത്.

സമരം തുടരുന്ന സാഹചര്യത്തിൽ കോൺഗ്രസ് സംഘടനയെ നിയമവിരുദ്ധമായി പ്രഖ്യാപിച്ചു. സംഘടനയുടെ ഓഫീസുകളും സ്വത്തുക്കളും കണ്ടുകെട്ടി.

എതിർപ്പുകൾ അതിജീവിച്ച് സമരം തുടർന്നുകൊണ്ടുപോയി. ഇന്ത്യൻ അന്തരീക്ഷം കലങ്ങി മറിഞ്ഞു. ലക്ഷത്തോളം സന്നദ്ധഭടന്മാരും പ്രവർത്തകരും അറസ്റ്റ് വരിച്ചതായാണ് കണക്കാക്കിയത്.

സർക്കാർ പലതരത്തിലും ജനങ്ങളെ ഭിന്നിപ്പിക്കാൻ ശ്രമിച്ചു.

ഇതിന്റെ ആദ്യപടിയായി വർഗ്ഗീയ പ്രാതിനിധ്യവ്യവസ്ഥ പുറപ്പെടുവിച്ചു. ഹിന്ദു, മുസ്ലീം, പാഴ്സ്, ആംഗ്ലോ ഇന്ത്യൻ തുടങ്ങിയ വിവിധ മതസ്ഥർക്ക് വെവ്വേറെ നിയോജകമണ്ഡലം ഏർപ്പെടുത്താൻ ഒരുങ്ങി. ഹിന്ദുക്കളിൽ ത്തന്നെ അധഃകൃതസമുദായങ്ങൾക്ക് പ്രത്യേക നിയോജകമണ്ഡലം ഏർപ്പെടുത്താനും വ്യവസ്ഥയുണ്ടാക്കി.

ഗാന്ധിജി അത്യധികം ദുഃഖിച്ചു. ഇതൊരു കറുത്ത വിളംബരമായി അദ്ദേഹം കരുതി. ഹിന്ദുക്കളിലെ ഐക്യം തകർക്കാനുള്ള നീക്കമാണിത്. ഇതിനെതിരെ ഉപവസിക്കാൻ ഗാന്ധിജി നിശ്ചയിച്ചു. പ്രത്യേക നിയോജകമണ്ഡലംകൊണ്ട് അയിത്തം മാറ്റാനാകില്ല. സമുദായത്തെ പരിഷ്കരിക്കുകയാണ് വേണ്ടത്. അയിത്തം ഇല്ലാതാക്കാനുള്ള സമരത്തിൽ പങ്കെടുത്ത് മരിക്കുന്നത് മോക്ഷമായി കണക്കാക്കും.

ഉപവസിക്കുമെന്ന വാർത്തപുറത്തുവന്നപ്പോൾ ഇന്ത്യയാകെ ഉണർന്നു പ്രവർത്തിച്ചു. ഗാന്ധിജിയെ രക്ഷിക്കാനുള്ള ചർച്ചകൾ നടന്നു. ജനങ്ങൾ ഏതു ത്യാഗത്തിനും തയ്യാറായിരുന്നു.

യർവാദാ ജയിൽ മുറ്റത്തെ മാവിൻ ചോട്ടിൽ 1932 സെപ്തംബർ 20 ന് ഗാന്ധിജി ഉപവാസം തുടങ്ങി. നേതാക്കൾ ഗാന്ധിജിയെ കാണാൻ വന്നുകൊണ്ടിരുന്നു. നാടെങ്ങും പ്രാർത്ഥനകളും പൊതുയോഗങ്ങളും ചേർന്നു. പത്രങ്ങൾ വൻപ്രാധാന്യത്തോടെ ഉപവാസ വാർത്ത പ്രസിദ്ധീകരിച്ചു.

വിശ്വഭാരതിയിൽ മഹാകവി രവീന്ദ്രനാഥ ടാഗോറിന്റെ നേതൃത്വത്തിൽ യോഗം ചേർന്ന് ഉൽക്കണ്ഠ രേഖപ്പെടുത്തി. മഹാത്മജിയുടെ ത്യാഗം ഇന്ത്യക്കും ലോകത്തിനും മഹത്തായ സന്ദേശമാണെന്ന് ടാഗോർ പറഞ്ഞു. ഗാന്ധിജിയെ 'മഹാത്മാവ്' എന്നു വിളിച്ചത് രവീന്ദ്രനാഥ ടാഗോറാണ്.

ഗാന്ധിജിയുടെ ആരോഗ്യനില മോശമായി. ജനങ്ങൾ ജയിലിനു പുറത്ത് തടിച്ചുകൂടിക്കൊണ്ടിരുന്നു.

ബ്രിട്ടീഷ് സർക്കാരും ഭയന്നു. എന്തെങ്കിലും നടപടിയെടുത്തേ തീരൂ എന്ന നില വന്നു. ഇന്ത്യയിലെ സമുദായനേതാക്കളും കൂടിയാലോചിച്ചു.

സർക്കാർ നിയോജകമണ്ഡലവ്യവസ്ഥ തിരുത്തുവാൻ തയ്യാറായി. ഗാന്ധിജി ഉപവാസം അവസാനിപ്പിക്കുകയും ചെയ്തു.

ആ മെലിഞ്ഞ ശരീരത്തിൽ
അലതല്ലിയ ശക്തിയാൽ
ആകെയൊന്നിളകി രാജ്യം
കൊടുങ്കാറ്റേറ്റൊരാഴിപോൽ
ബഹളം കണ്ട വെള്ളക്കാർ
ബന്ധിച്ചു പലവട്ടവും

പേടിയെന്തെന്നു കാണാതെ
മുന്നേറും മുനിതുല്യനെ
അടികൊണ്ടാൽ ചിരിക്കുന്നോൻ
കുടിൽ കൊട്ടാരമാക്കിയോൻ
മകനെ ഗാന്ധിയപ്പൂപ്പൻ
അത്ഭുതങ്ങളിലത്ഭുതം.

ഖാദി

പോരാ പോരാ നാളിൽ നാളിൽ ദൂര ദൂരമുയരട്ടെ
ഭാരതക്ഷമാ ദേവിയുടെ തൃപ്പതാകകൾ
ആകാശപ്പൊയ്കയിൽ പുതുതാകുമലയിളകട്ടെ
ലോക ബന്ധുഗതിക്കുള്ള മാർഗ്ഗം കാട്ടട്ടെ....
നമ്മൾ നൂറ്റ നൂലുകൊണ്ട് നമ്മൾ നെയ്ത വസ്ത്രംകൊണ്ട്
നിർമ്മിതമിതനീതിക്കൊരന്ത്യവരണം....

ഇന്ത്യൻ സ്വാതന്ത്ര്യത്തിന്റെ ചിഹ്നമായ സ്വരാജ്യക്കൊടിയെ ഉദ്ദേശിച്ച് മഹാകവി വള്ളത്തോൾ എഴുതിയ കവിതയാണിത്. നാൾക്കുനാൾ ഈ കൊടി ഉയർന്നു പാറട്ടെ. ലോകത്തിന് നേർവഴികാട്ടുന്ന കൊടിയാണിത്. നമ്മൾ നൂറ്റനൂലുകൊണ്ട്, നമ്മൾ നെയ്ത വസ്ത്രംകൊണ്ട് നിർമ്മിച്ചെടുത്ത ഈ കൊടി അസ്വാതന്ത്ര്യത്തിന്റെ അവര്യാവരണമാണ്. ഖാദിധരിക്കലും ഖാദിതൊപ്പിയിടലും ദേശാഭിമാനത്തിന്റെയും സ്വാതന്ത്ര്യത്തിന്റെയും ഭാഗമായിരുന്നു.

ഖാദിധരിക്കുകയെന്നാൽ ബ്രിട്ടീഷ് ഭരണത്തിനെതിരെ ചെറുത്തുനില്പ് സംഘടിപ്പിക്കുക എന്നാണർത്ഥമാക്കിയിരുന്നത്. ഖാദി ആത്മാവിനെ ശുദ്ധീകരിച്ച് സ്വാതന്ത്ര്യത്തിന്റെ ഊർജ്ജം പ്രദാനം ചെയ്യും. ഹൃദയവിശുദ്ധിയില്ലാതെ സമഭാവനയും സമത്വചിന്തയും കൈവരിക്കാനാവില്ല. എല്ലാവരും സ്വന്തം കൈയാൽ നൂല്ക്കുകയും സ്വന്തം കൈയാൽ നെയ്തു ഖദർ ഉടുക്കുകയും ചെയ്താൽ ഒരു വർഷത്തിനകം സ്വാതന്ത്ര്യം ഉറപ്പാക്കാമെന്ന് ഗാന്ധിജി പറഞ്ഞിരുന്നു. ഭാര്യയെയും മക്കളെയും ദിവസത്തിൽ ഒരു മണിക്കൂറോളം ചർക്കയുടെ മുന്നിലിരുത്താൻ അദ്ദേഹം ശ്രദ്ധിച്ചിരുന്നു. നേതാവിന്റെ പ്രീതി സമ്പാദിക്കാനുള്ള വഴിയായി ആരും ഖാദി ധരിക്കരുതെന്ന് ഗാന്ധിജി നിർദ്ദേശിച്ചു.

സ്വാതന്ത്ര്യം വേണമെന്ന സ്വയം ബോദ്ധ്യത്താൽ ഖാദിധരിക്കണം. ദാരിദ്ര്യംപോലെ ഒരു പാപമില്ല. അത്രയ്ക്ക് ഹിതമായ തിന്മയുമില്ല. ഇതിൽനിന്നും മോചനം കിട്ടാൻ ചർക്ക തിരിക്കണം. വഴിതെറ്റിപ്പോയ കുഞ്ഞ് അമ്മയെ കണ്ടെത്തുന്നതുപോലെയാണ് ഗ്രാമീണ ജനത ചർക്ക സ്വീകരിച്ചത്. കോൺഗ്രസ് പതാകയിലെ അടയാളം ചർക്കയായിരുന്നല്ലോ. അത് മാറ്റി അശോക ചക്രം സ്വീകരിച്ചപ്പോൾ ഗാന്ധിജി രോഷാകുലനാവുകയുണ്ടായി. അങ്ങനെയുള്ള പതാകയെ വന്ദിക്കില്ലെന്നദ്ദേഹം പ്രഖ്യാപിച്ചു.

*അർത്ഥശാസ്ത്ര*ത്തിലെ ഗ്രാമീണ സമ്പദ്‌വ്യവസ്ഥ എന്ന അദ്ധ്യായത്തിൽ ഗാന്ധിജി എഴുതുന്നു. ഇന്ത്യയിലെ ഏറ്റവും പഴക്കമുള്ള യന്ത്രത്തിന്റെ സംഗീതം സാവധാനത്തിലും എന്നാൽ ദൃഢമായും വീണ്ടും സമുദായ മദ്ധ്യത്തിൽ പരക്കുന്നു. ഇന്ത്യയിലെ റാണിമാരും, മഹാറാണിമാരും, രാജാക്കന്മാരും, മഹാരാജാക്കന്മാരും നൂൽനൂല്ക്കുകയും കൈത്തറിയിൽ തുണിനെയ്തുണ്ടാക്കുകയും ചെയ്യുന്നതുവരെ താൻ തൃപ്തനാവുകയില്ലെന്ന് പണ്ഡിറ്റ് മാളവ്ജി പ്രസ്താവിച്ചിരുന്നു. സ്വന്താവശ്യത്തിന് തൊപ്പികൾ തുന്നിയിരുന്ന ഔറംഗസീബിനെ അവർക്ക് മാതൃകയാക്കാം. കബീർദാസ് ഒരു നെയ്ത്തുകാരനായിരുന്നു. യൂറോപ്പിലെ രാജ്ഞിമാരും നൂൽനൂറ്റിരുന്നു.....

ഭാരതത്തിന്റെ യഥാർത്ഥ സ്വാതന്ത്ര്യം ആയുധശബ്ദത്തെ ആശ്രയിച്ചല്ല, നൂൽ ചക്രത്തിൽ നിന്നുയരുന്ന അഹിംസാമന്ത്രത്തെ ആശ്രയിച്ചാണ് നിലകൊള്ളുന്നത്. നൂലു ചക്രത്തിൽ നിന്നുയരുന്ന ഗീത ശബ്ദത്തെ ആശ്രയിച്ചാണ് - ഗാന്ധിജി പറഞ്ഞു. വിദേശ വസ്ത്രമുപയോഗിക്കുന്നത് പാപമാണ്. സ്വദേശവസ്ത്രമുപയോഗിക്കുന്നതാകട്ടെ പുണ്യവും.

ഭൂമിയിലാകെ ജലം വിതരണം ചെയ്യാൻ മഴയ്ക്കു കഴിയുന്നു. മനുഷ്യന് അത് കഴിയില്ല. ജലം നല്കുന്നതിന് മഴയ്ക്ക് നികുതി കൊടുക്കേണ്ട. മഴ നിയന്ത്രിക്കുന്നതിന് പ്രത്യേക വകുപ്പില്ല. സൗമ്യമായും ലളിതമായും മഴ തന്റെ ദൗത്യം നിർവ്വഹിക്കുന്നു. അതുപോലെ ഇന്ത്യയിലെ വീടുകളിലെല്ലാം വേലയും ധനവും എത്തിക്കുവാൻ ചർക്കയ്ക്കു കഴിയുന്നു. ലളിതവും ലഘുവുമായ രീതിയിലാണ് ചർക്കയുടെ കർമ്മം നിർവ്വഹിക്കുന്നത്.

യഥാർത്ഥമായ സ്വരാജ് കൈവരണമെങ്കിൽ സാമ്പത്തിക സ്വാതന്ത്ര്യം ഉണ്ടാവണം. സ്വദേശി ഉല്പന്നങ്ങൾ ഉണ്ടാവുമ്പോൾ ഈ സ്വാതന്ത്ര്യത്തിലേക്ക് നാം നടന്നടുക്കുന്നു. വസ്ത്രത്തിന്റെ കാര്യത്തിൽ നൂൽനൂല്പാണ് പ്രധാനം. മില്ലിലുണ്ടാക്കുന്ന നേർത്ത തുണിക്കുപകരം കൈകൊണ്ടുണ്ടാക്കുന്ന പരുപരുത്ത തുണിയുപയോഗിക്കണം.

ഖാദി ഏതെങ്കിലും വ്യക്തിയുടെയോ സമൂഹത്തിന്റെയോ അല്ല മുഴുവൻ ജനതയുടേതുമാണ്. സ്വാശ്രയത്തിന്റെയും സ്വാതന്ത്ര്യത്തിന്റെയും പ്രതീകമാണ്. രാജാവിനും പ്രജയ്ക്കും, ധനികനും ദരിദ്രനും,

ഹിന്ദുവിനും മുസൽമാനും, സ്ത്രീക്കും പുരുഷനും എല്ലാം ഒരുപോലെ ഖാദി പ്രസ്ഥാനത്തിൽ പങ്കുചേരാം.

ഖദർ നിർദ്ധനരെ ധനികരുടെ ബന്ധനത്തിൽനിന്നും മോചിപ്പിക്കുന്നു. സ്വദേശിയരെ വിദേശികളുടെ ബന്ധനത്തിൽനിന്നും വിമോചിപ്പിക്കും. ധനികർ ദരിദ്രരിൽനിന്നും കൈവശപ്പെടുത്തിയതിന്റെ ഒരംശം ചർക്ക ദരിദ്രർക്ക് വീണ്ടെടുത്ത് കൊടുക്കുന്നു. ഖദർ ഗ്രാമീണ വ്യവസായങ്ങളുടെ കേന്ദ്രമായിത്തീരുന്നു. ഖദറിൽ ഏറ്റവും വലിയ സംഘശക്തിയുണ്ടെന്ന് ഗാന്ധിജി പറഞ്ഞു. പട്ടിണികിടക്കുന്ന ജനലക്ഷങ്ങളുടെയും ഇടത്തരക്കാരുടെയും ഹൃദയങ്ങളിൽ ആ ശക്തി തുടിച്ചുയരും. 'ചർക്കയെ ഞാൻ കാമധേനു എന്നു വിളിക്കുന്നു', ഗാന്ധിജി വ്യക്തമാക്കിയിട്ടുണ്ട്. ഇന്ത്യയിൽ ദരിദ്രരില്ലെന്ന് കാണുന്നതുവരെ ചർക്ക കൈവിടില്ലെന്നും അദ്ദേഹം ചൂണ്ടിക്കാട്ടി.

ഇന്ത്യക്കാരോട് എപ്പോഴും ഗാന്ധിജി പറഞ്ഞുകൊണ്ടിരുന്നത് ചർക്ക തിരിക്കുക എന്നാണ്. ചർക്കയിൽ സംഗീതമുണ്ട്. ആ സംഗീതം വിമോചന മന്ത്രമാണ്. അതിന്റെ സാമീപ്യത്താൽ സ്വാതന്ത്ര്യം ആൽമരം പോലെ വളർന്നുവരും. സ്വാതന്ത്ര്യത്തിനുവേണ്ടി പൊരുതാൻ നിങ്ങളുടെ കൈയിൽ ആയുധമെവിടെയെന്ന് ഒരു പത്രപ്രവർത്തകൻ ഒരിക്കൽ ചോദിക്കുകയുണ്ടായി. ഗാന്ധിജി ഉത്തരം പറയുന്നതിന് പകരം ഗ്രാമീണരുടെ നേർക്ക് കൈ ചൂണ്ടുകയായിരുന്നു. അവരുടെ കൈകളിൽ ചർക്ക തിരിയുന്നുണ്ടായിരുന്നു. സ്വാതന്ത്ര്യത്തിനുവേണ്ടി സ്വയം സമർപ്പിക്കാനാണ് ചർക്ക ഉപദേശിക്കുന്നത്. വീട്ടിലിരുന്ന് ചർക്ക തിരിക്കുമ്പോൾ ഓരോരാളും സ്വാതന്ത്ര്യത്തിന്റെ പടവുകൾ കയറുകയാണ്.

ഖാദി വിപ്ലവം ഇന്ത്യയിൽ മാത്രമല്ല നടന്നത്. അമേരിക്കയിലെ ബ്രിട്ടീഷ് കോളനിയിലും ദേശീയബോധം ഉയർത്തിക്കൊണ്ട് വന്നത് നൂൽനൂല്പും നെയ്ത്തുമാണ്. അടിമകൾക്ക് മോചനം നേടാനുള്ള മന്ത്രം ഖാദിയിൽ അടങ്ങിക്കിടക്കുന്നുണ്ടെന്ന് ഗാന്ധിജി നിർദ്ദേശിച്ചു. മഹാകവി രവീന്ദ്രനാഥടാഗോറിനോടും അരമണിക്കൂർ നൂല്ക്കണമെന്ന് ഗാന്ധിജി ആവശ്യപ്പെടുകയുണ്ടായി. പരുത്തിയുടെ വിശുദ്ധിയും നൂലിന്റെ സ്വകാര്യതയും ഭാരതീയരിൽ പുതുചൈതന്യമുളവാക്കുമെന്നും അദ്ദേഹം കൂട്ടിച്ചേർത്തു.

അയിത്തോച്ചാടനം

ഇന്ത്യയിലെ ജനങ്ങൾക്കിടയിൽ നിലനിന്നുവന്ന സാമൂഹ്യഅനാചാരമാണ് അയിത്തം. അശുദ്ധം എന്ന പദത്തിൽനിന്നാണ് അയിത്തം എന്ന പദമുണ്ടായത്. ജനങ്ങൾ പലതരം ജാതികളിൽ വിഭജിക്കപ്പെട്ടിരുന്നു. ഉയർന്ന ജാതി, താഴ്ന്ന ജാതി, എന്നിങ്ങനെ ഹിന്ദുജനങ്ങൾക്കിടയിൽ വേർതിരിവ് ദൃശ്യമായിരുന്നു. ഉയർന്നവർ താഴ്ന്നവരെ തൊടാനോ തീണ്ടാനോ പാടില്ലായിരുന്നു. അങ്ങനെ വന്നാൽ അശുദ്ധി തട്ടുമെന്നായിരുന്നു വിശ്വാസം.

ഇന്ത്യ മുഴുവൻ ഈ അനാചാരം വ്യാപിച്ചിരുന്നു. താഴ്ന്ന ജാതിയിൽപ്പെട്ടവർക്ക് പൊതുവഴിയിൽ നടക്കാനനുവാദമുണ്ടായിരുന്നില്ല. അവർ ക്ഷേത്രത്തിൽ കയറരുത്. പൊതുസ്ഥാപനങ്ങളിലൊന്നും പ്രവേശിക്കരുത്.

ഗാന്ധിജിയെ ഏറെ ചിന്തിപ്പിച്ച വിഷയമാണിത്. സ്വാതന്ത്ര്യസമരത്തിന്റെ ഭാഗമായി അദ്ദേഹം അയിത്തോച്ചാടനപ്രവർത്തനങ്ങൾ ഏറ്റെടുത്തു.

ഹിന്ദുമതത്തിലെ ഏറ്റവും വലിയ കളങ്കമാണ് അയിത്തം എന്ന് ഗാന്ധിജി പറഞ്ഞു. ഗാന്ധിജിയുടെ ചെറുപ്പകാലത്തുതന്നെ അയിത്തം ബോദ്ധ്യപ്പെട്ടിരുന്നു. കക്കൂസ് വൃത്തിയാക്കുന്നതിന് വേണ്ടി വീട്ടിൽ വന്നിരുന്ന തോട്ടി സമുദായക്കാരെ അദ്ദേഹം കണ്ടു. അവരെ തൊടരുതെന്ന് അമ്മ പറയുമായിരുന്നു. ഗാന്ധിജിക്ക് ഇത് മനസ്സിലായില്ല. അവരും മനുഷ്യരല്ലേ? അവരെ തൊട്ടാലെന്താ എന്ന് അദ്ദേഹം അമ്മയോട് ചോദിച്ചിരുന്നു.

സ്കൂളിലെത്തിയപ്പോൾ സഹപാഠികളിൽ അയിത്തജാതിക്കാരുണ്ടായിരുന്നു. അവരെ തൊടുകയും സൗഹൃദം പങ്കിടുകയും ചെയ്യുമായി

രുന്നു. അയിത്തക്കാരനെ തൊട്ടാൽ അതിനു പരിഹാരമായി ഒരു മുസ്ലീമിനെ തൊട്ടാൽ മതിയാകുമെന്നായിരുന്നു വിശ്വാസം. അമ്മയോടുള്ള സ്നേഹബഹുമാനങ്ങൾക്കൊണ്ട് ഗാന്ധിജി ഇതനുസരിച്ചു. ഇത് മതപരമായ കടമയാണെന്ന് അദ്ദേഹത്തിന് തോന്നിയിട്ടില്ല.

എല്ലാ ദിവസവും ഗാന്ധിജിയുടെ വീട്ടിൽ *രാമായണം* വായിച്ചിരുന്നു. ശ്രീരാമനെ ഗംഗാനദി കടക്കാൻ സഹായിച്ചത് ഒരു അയിത്തക്കാരനായിരുന്നു. അത്തരം അയിത്തക്കാരെ, മലിനരെന്നു പറഞ്ഞ് മാറ്റിനിർത്തുന്നത് ശരിയല്ല. ഈശ്വരനെ, മാലിന്യം വിമലീകരിക്കുന്നവൻ' എന്ന് വിശേഷിപ്പിക്കാറുണ്ട്. അതുകൊണ്ട് അയിത്താചരണം മഹാപാപമാണെന്ന് ഗാന്ധിജി ചൂണ്ടിക്കാട്ടി. ഹിന്ദുമതത്തിന്റെ ഭാഗമല്ല അയിത്താചരണമെന്നും അദ്ദേഹം മനസ്സിലാക്കി.

അയിത്തംകൊണ്ട് നമ്മുടെ സഹോദരങ്ങളെയാണ് അടിച്ചമർത്തുകയും അകറ്റി നിർത്തുകയും ചെയ്യുന്നത്. അവരെ മണ്ണിലിഴയുന്നവരായി കണക്കാക്കി. അവരെ മറ്റുള്ളവരിൽനിന്നും മാറ്റിനിർത്തി.

അയിത്തമെന്ന മാലിന്യം കഴുകിക്കളയേണ്ടത് പൊതുപ്രവർത്തകരുടെ കടമയാണ്. ഈ നിരാലംബരെ മുഖ്യധാരയിലെത്തിക്കാതെ സ്വാതന്ത്ര്യവും ജനാധിപത്യവും പൂർണ്ണമാവില്ല.

ജന്മവും അനുഷ്ഠാനവുമല്ല ഒരാളുടെ ഔന്നത്യത്തെ നിർണ്ണയിക്കുന്നത് സ്വഭാവഗുണമാണ്. ദൈവത്തിന്റെ മുന്നിൽ ഉയർന്നവനും താഴ്ന്നവനുമില്ല. പരിശുദ്ധമായ ഹിന്ദുമതം ബ്രാഹ്മണനും ഉറുമ്പിനും ആനയ്ക്കും നായയ്ക്കും തമ്മിൽ യാതൊരു ഭേദവും കല്പിക്കുന്നില്ല. എല്ലാവർക്കും സമത്വപദവിയുണ്ട്. സമസ്തജീവജാലങ്ങളോടുള്ള താല്പര്യം ഹിന്ദുമതം ഉയർത്തിപ്പിടിക്കുന്നു. മനുഷ്യനും മനുഷ്യനും തമ്മിൽ സമാനതയും സാഹോദര്യവുമുണ്ട്.

മദ്രാസ് കോടതിയിൽ വിചാരണയ്ക്കുവന്ന ഒരു കേസിനെക്കുറിച്ച് ഗാന്ധിജി പരാമർശിക്കുന്നുണ്ട്. ശുചിയായി വസ്ത്രം ധരിച്ച ഒരു പഞ്ചമൻ പൂർണ്ണഭക്തിയോടെ ഒരു ക്ഷേത്രത്തിൽ പോയി. പൂജാരിക്ക് അയാളെ വേർതിരിച്ച് കാണാൻ കഴിഞ്ഞില്ല. പഞ്ചമൻ നല്കിയ വഴിപാട് പൂജാരി സ്വീകരിച്ചു. ആ പഞ്ചമനെ പിന്നീട് തിരിച്ചറിഞ്ഞപ്പോൾ ബഹളമായി. അയാളെ പിടികൂടി പൊലീസിലേല്പിച്ചു.

പഞ്ചമൻ പ്രവേശിച്ചത് ക്ഷേത്രത്തിന് അശുദ്ധിയായി കണക്കാക്കി. പുണ്യാഹം തളിച്ച് ശുദ്ധി വരുത്തി.

കോടതിയിൽ ഈ കേസ് വിചാരണയ്ക്ക് വന്നു. മജിസ്ട്രേറ്റ് ഹിന്ദുവായിരുന്നു. സ്വന്തം മതത്തെ അപമാനിച്ചതിന് ആ പഞ്ചമന് ഒരു മാസത്തെ കഠിനതടവ് വിധിച്ചു. എഴുപത്തഞ്ച് രൂപ പിഴയും വിധിച്ചു. അതിനെതിരെ അപ്പീൽ കൊടുത്തു. മേൽക്കോടതി അയാളെ വിമുക്തനാക്കി. പാവപ്പെട്ട പഞ്ചമന് ക്ഷേത്രത്തിൽ പ്രവേശിക്കാൻ അവകാശമുണ്ട് എന്ന് കോടതി പറഞ്ഞില്ല.

ഇത് തിന്മയാണെന്ന് ഗാന്ധിജി പറഞ്ഞു. ഇത് നീക്കിക്കളയണം.

ദക്ഷിണാഫ്രിക്കയിൽ ഇത്തരം സാഹചര്യം നിലനിന്നിരുന്നു. അതിനെതിരെ ഗാന്ധിജി നിരന്തരം പൊരുതിയിരുന്നു. ഇന്ത്യയിൽ നിലവിലുള്ള അവസ്ഥ മാറ്റിത്തീർക്കണമെന്നദ്ദേഹം നിശ്ചയിച്ചു. അതിനു വേണ്ടി ഹരിജൻ സേവാസംഘം എന്ന സംഘടന സ്ഥാപിച്ചു. *ഹരിജൻ* എന്ന പേരിൽ ഒരു വാരികയും തുടങ്ങി.

അയിത്തക്കാർ അവരുടെ കരങ്ങൾ മലിനപ്പെടുത്തി സമൂഹത്തിനു വേണ്ടി കഠിനാദ്ധ്വാനം ചെയ്യുന്നവരാണെന്ന് ഗാന്ധിജി എഴുതി. ഹരിജൻ എന്നതിന് 'ദൈവപുത്രൻ' എന്നാണർത്ഥമാക്കേണ്ടത്. ദൈവത്തെ ലോകത്തിലെ മതങ്ങളെല്ലാം വിശേഷിപ്പിക്കുന്നത് ദുർബ്ബലന്റെ രക്ഷകൻ എന്നാണ്. അയിത്തക്കാരേക്കാൾ ദുർബ്ബലരായി ലോകത്ത് മറ്റാരാണുള്ളത്? അതുകൊണ്ട് ദൈവത്തിന്റെ മക്കളെന്ന വിശേഷണത്തിന് അവർക്കാണർഹത.

സവർണ്ണർ അവരുടെ ആന്തരികബോദ്ധ്യത്തിന്റെ ഭാഗമായി സ്വമേധയാ അയിത്താചാരണത്തിൽനിന്നും മുക്തമായാൽ അവരെയും ഹരിജൻ എന്നുതന്നെ വിളിക്കാമെന്ന് ഗാന്ധിജി അഭിപ്രായപ്പെട്ടു. ഭൂരിപക്ഷം ഹിന്ദുക്കൾക്കും അയിത്തം എന്നത് ദൈവത്തിനും മനുഷ്യനും എതിരെയുള്ള കുറ്റകൃത്യമാണെന്ന് ബോദ്ധ്യപ്പെടണം. ക്ഷേത്രങ്ങളിൽ ഹരിജനങ്ങൾക്ക് പ്രവേശനം ലഭ്യമാവുകയും വേണമെന്ന് ഗാന്ധിജി പറഞ്ഞു. ബലപ്രയോഗത്തിലൂടെയല്ല അയിത്തം നീക്കേണ്ടതെന്ന് അദ്ദേഹം ഓർമ്മിപ്പിക്കുന്നു. മാനസിക പരിവർത്തനത്തിന്റെ ഭാഗമായിട്ടാകണം.

അയിത്തക്കാർക്കായി പ്രത്യേക നിയോജകമണ്ഡലം ഏർപ്പെടുത്തുന്നത് ശരിയല്ലെന്ന് ഗാന്ധിജി വിലയിരുത്തി. അത് അവരുടെ അടിമത്തത്തെ ശാശ്വതീകരിക്കലാകും. മുസ്ലീങ്ങൾക്ക് പ്രത്യേക നിയോജകമണ്ഡലം ഏർപ്പെടുത്തുന്നതും ഉചിതമല്ല.

മിശ്രഭോജനവും മിശ്രവിവാഹവുംകൊണ്ട് മാത്രം അയിത്തം അവസാനിപ്പിക്കാനാവില്ലെന്ന് ഗാന്ധിജി പറഞ്ഞു. വിവാഹവും ഭക്ഷണവും തീർത്തും വ്യക്തിപരമായ കാര്യങ്ങളാണ്. സ്വന്തം ഇഷ്ടത്തിന് വിരുദ്ധമായി ഒരു പെൺകുട്ടിയെ ഭാര്യയായി സ്വീകരിക്കാൻ നിർബ്ബന്ധിക്കരുത്. അതേപോലെ സ്വന്തം ഇഷ്ടത്തിന് വിരുദ്ധമായി ആരുടെയെങ്കിലും കൂടെയിരുന്ന് ഭക്ഷണം കഴിക്കാൻ നിർബ്ബന്ധിക്കുന്നതും ശരിയല്ല. ഇത്തരം പ്രവർത്തനങ്ങൾ ആദർശവല്ക്കരിക്കുന്നത് അപകടം ചെയ്യുമെന്നും ഗാന്ധിജി മുന്നറിയിപ്പ് നല്കി.

ഹരിജനോദ്ധാരണത്തിനായി അദ്ദേഹം ഇന്ത്യയാകെ യാത്രചെയ്തു. ഹരിജൻ ഫണ്ടിലേക്ക് സംഭാവനകൾ സ്വീകരിച്ചു. പദയാത്രയായാണ് പലയിടത്തും സഞ്ചരിച്ചത്. പത്തുമാസക്കാലം അദ്ദേഹം ഇതിനുവേണ്ടി യാത്ര ചെയ്തു. ഹരിജൻ കോളനികളിൽ ചെന്ന് സ്ഥിതി നേരിട്ട് മനസ്സിലാക്കി. അവർക്ക് ശുചീകരണത്തിന്റെ പാഠങ്ങൾ പകർന്നുകൊടുത്തു. ഹരിജൻ കുട്ടികളെ വിദ്യാലയങ്ങളിൽ ചേർക്കാനുള്ള ഏർപ്പാടുണ്ടാക്കി. അവർക്കായി തൊഴിൽശാലകളും സേവാസംഘങ്ങളും സ്ഥാപിച്ചു.

പണവും ആഭരണവും വസ്ത്രവും പാത്രവും ജനങ്ങൾ സംഭാവനയായി നല്കി. കിട്ടിയ സാധനങ്ങൾ അതാതിടത്തുവച്ചുതന്നെ ലേലം ചെയ്തു. ആയിരക്കണക്കിന് രൂപ അതിലൂടെ വരവുണ്ടായി.

ഗാന്ധിജിയുടെ പ്രവർത്തനങ്ങളെ എതിർത്തും ചിലർ രംഗത്തിറങ്ങുകയുണ്ടായി. മാമൂൽവാദികൾ ഗാന്ധിജിയുടെ സിദ്ധാന്തത്തെ അനുകൂലിച്ചില്ല. അവർ വഴിതടഞ്ഞും ശകാരിച്ചും ഗാന്ധിജിയുടെ നീക്കം പരാജയപ്പെടുത്താൻ ശ്രമിച്ചു. അദ്ദേഹം ക്ഷമാശീലനായിരുന്നു. ഒട്ടും പ്രകോപിതനായില്ല. പുഞ്ചിരിച്ചുകൊണ്ട് അതേറ്റുവാങ്ങി. യാഥാസ്ഥിതിക ഹിന്ദുക്കൾക്ക് ഇന്നല്ലെങ്കിൽ നാളെ ആത്മശുദ്ധീകരണം സംഭവിക്കുമെന്നദ്ദേഹം വിശ്വസിച്ചു.

സവർണ്ണസമുദായക്കാർ ഗാന്ധിജിയുടെ നീക്കത്തെ ഭയത്തോടെ നിരീക്ഷിച്ചു. ഇങ്ങനെ പോയാൽ ജാതി ഇല്ലാതാകുമോ എന്നവർ ശങ്കിച്ചു. അയിത്തം പാലിക്കുന്നതിലാണ് സമുദായത്തിന്റെ മഹത്വം എന്നവർ ചിന്തിച്ചു. ഗാന്ധിജിയെ വധിക്കാനുള്ള ശ്രമവും നടക്കുകയുണ്ടായി. പൂനയിൽ വച്ചാണതുണ്ടായത്. ഗാന്ധിജി സഞ്ചരിച്ചിരുന്ന കാറിലേക്ക് ബോംബെറിയാനാണ് പരിപാടിയിട്ടത്. ഘാതകർ കാത്തുനിന്നു. അന്ന് ഗാന്ധിജിയുടെ കാർ വൈകിയാണെത്തിയത്. തൊട്ടുമുന്നിൽ വന്ന കാറ് ഗാന്ധിജിയുടേതാണെന്ന് തെറ്റിദ്ധരിച്ച് ബോംബെറിയുകയായിരുന്നു. കുറേ കഴിഞ്ഞാണ് ഗാന്ധിജിയുടെ കാർ കടന്നുവന്നത്.

ഇതറിഞ്ഞിട്ടും ഗാന്ധിജി ഭയന്നില്ല. ഹരിജനോദ്ധാരണപ്രവർത്തനം നിർത്തിവച്ചില്ല.

വാർദ്ധായിൽ പുതുതായി ഒരാശ്രമം സ്ഥാപിച്ചു. അതിന് സേവാഗ്രാമം എന്നു പേരിട്ടു. ഇന്ത്യയുടെ ഹൃദയം ഗ്രാമങ്ങളിലാണെന്ന് അദ്ദേഹം കണ്ടെത്തിയിരുന്നു.

സേവാഗ്രാമത്തിലെ ജീവിതരീതി ലളിതമായിരുന്നു. അവിടെ വരുന്നവരെല്ലാം ഒന്നിച്ചിരുന്ന് ആഹാരം കഴിക്കണമായിരുന്നു. നൂൽ നൂല്പ് പരിശീലിപ്പിക്കുന്നതിൽ ഗാന്ധിജി ശ്രദ്ധിച്ചു. വിദേശീയമായ ഒന്നും അവിടെ ഉപയോഗിച്ചിരുന്നില്ല. രോഗികളെ പരിചരിക്കുന്നതിൽ എല്ലാവരും വ്യാപൃതരായിരുന്നു. വിദ്യാഭ്യാസകാര്യങ്ങളിലും ഗാന്ധിജി ശ്രദ്ധിച്ചു. 'വാർദ്ധാവിദ്യാഭ്യാസപദ്ധതി'ക്ക് അവിടെ വച്ച് രൂപം കൊടുത്തു. ഖാദിവസ്ത്രം ധരിക്കാനും ഹിന്ദി പഠിക്കാനും ഗാന്ധിജി ഉപദേശിച്ചു.

കോൺഗ്രസ് പ്രവർത്തനങ്ങളിൽനിന്നും ഗാന്ധിജി മാറിനിന്നകാലമായിരുന്നു അത്. എങ്കിലും അഭിപ്രായരൂപീകരണത്തിനും ഉപദേശത്തിനും മറ്റും നേതാക്കൾ അദ്ദേഹത്തെ ആശ്രയിച്ചുകൊണ്ടിരുന്നു.

1935 ൽ ഇന്ത്യക്ക് പുതിയ ഭരണഘടന ബ്രിട്ടീഷ് ഗവൺമെന്റ് അംഗീകരിച്ചു. അതോടെ ഇന്ത്യ ഒരു ഫെഡറൽ ആയി രൂപാന്തരപ്പെട്ടു. ഒരു പൊതുഭരണഘടനയും നിയമസഭയും ഉണ്ടായി. കോൺഗ്രസ് ഇക്കാര്യം ചർച്ച ചെയ്തു. തിരഞ്ഞെടുപ്പിൽ മത്സരിക്കണമെന്ന് തീരുമാനിച്ചു. ആകെയുള്ള 1583 സ്ഥാനങ്ങളിൽ 715 എണ്ണം കോൺഗ്രസ് നേടി. നിയമ

സഭയിൽ ഭൂരിപക്ഷമുള്ള പ്രദേശത്ത് മന്ത്രിസഭ രൂപവല്ക്കരിക്കുവാൻ തീരുമാനമായി. മദ്യനിരോധനം, അടിസ്ഥാനവിദ്യാഭ്യാസം, കാർഷിക കടാശ്വാസം, പൊതുജനക്ഷേമം തുടങ്ങിയ കാര്യങ്ങൾ ഉൾക്കൊള്ളുന്ന ഒരു കർമ്മപദ്ധതി ഗാന്ധിജി തയ്യാറാക്കി. അതിന്റെ അടിസ്ഥാനത്തിൽ ഭരണം നടത്താൻ തീരുമാനമായി. അതോടെ ഗാന്ധിജി വീണ്ടും കോൺഗ്രസ് രാഷ്ട്രീയത്തിൽ സജീവമായി.

ഗാന്ധിജിയുടെ നിർദ്ദേശപ്രകാരം ചില പ്രദേശങ്ങളിൽ മദ്യം നിരോധിച്ചു. നിയമസഭയിലുള്ള കോൺഗ്രസുകാരെല്ലാം ഖദർ വസ്ത്രം മാത്രം ധരിച്ചു.

എങ്കിലും പ്രശ്നങ്ങൾ ഉടലെടുക്കാതിരുന്നില്ല. ഹിന്ദു-മുസ്ലീം മൈത്രി നഷ്ടപ്പെടാൻ തുടങ്ങി. ജിന്നയും ലീഗുമായിരുന്നു ഇതിന്റെ പിന്നിൽ. വന്ദേമാതരം ഗാനം ലീഗ് ഇഷ്ടപ്പെട്ടിരുന്നില്ല. ഹിന്ദി പഠിക്കുന്നതും വാർദ്ധാമോഡൽ വിദ്യാഭ്യാസവും അവർ എതിർത്തു. ഇതു സംബന്ധിച്ച് ഗാന്ധിജി ജിന്നയെ കണ്ടു സംസാരിച്ചു. ഹിന്ദുമുസ്ലീം മൈത്രിയാണ് തന്റെ ലക്ഷ്യമെന്ന് ഗാന്ധിജി ബോദ്ധ്യപ്പെടുത്തി.

എന്നാൽ ജിന്നയുടെ നിലപാട് ഗാന്ധിജിയുടേതിൽനിന്ന് ഭിന്നമായിരുന്നു. കോൺഗ്രസ് ഹിന്ദുക്കളുടെ സംഘടനയാണെന്നും ലീഗ് മുസ്ലീമുകളുടെ സംഘടനയാണെന്നും ജിന്ന പറഞ്ഞു. ഇരുവരും തമ്മിൽ പിന്നെയും ഒന്നിച്ചിരുന്നെങ്കിലും ചർച്ച പരാജയമായിരുന്നു. ഹിന്ദുവും മുസ്ലീമും ഭിന്നജാതിയാണെന്ന് ജിന്ന പറഞ്ഞു. രണ്ടും ഒന്നാണെന്ന് ഗാന്ധിജി ബോദ്ധ്യപ്പെടുത്തി.

മതേതര രാഷ്ട്രത്തിനായി ഗാന്ധിജി നിലകൊണ്ടു. മതാധിഷ്ഠിത രാഷ്ട്രം വേണമെന്ന് ജിന്നയും വാദിച്ചു.

ബ്രിട്ടീഷുകാർ ഇന്ത്യ വിട്ടുപോവുകയാണ് പ്രധാനമെന്ന് ഗാന്ധിജി പറഞ്ഞു. അതിനായി ഇന്ത്യയെ വിഭജിക്കരുത്. എന്നാൽ പാകിസ്ഥാൻ എന്ന പുതിയ രാജ്യം വേണമെന്നാണ് മുഹമ്മദാലി ജിന്ന ആവശ്യപ്പെട്ടത്.

ഏറെ വൈകാതെ വർഗ്ഗീയ കലാപം ഉടലെടുത്തു. ഹിന്ദുക്കളും മുസ്ലീങ്ങളുടെയും രക്തം തെരുവിലൊഴുകി.

ഗാന്ധിജി അത്യധികം വേദനിച്ച സന്ദർഭമായിരുന്നു ഇത്. കൽക്കത്തയിൽ അയ്യായിരത്തോളം പേർ കൊല്ലപ്പെടുകയുണ്ടായി. ഗാന്ധിജി ശാന്തിദൂതനായി ജനങ്ങൾക്കിടയിൽ സഞ്ചരിച്ചു. ഹിന്ദുക്കളും മുസ്ലീങ്ങളും പരസ്പരം കാട്ടുന്ന ക്രൂരതയിൽ അദ്ദേഹം വിങ്ങിപ്പൊട്ടി. ഇത് കാണാൻ ജീവിച്ചിരിക്കേണ്ടിയിരുന്നില്ലെന്ന് അദ്ദേഹത്തിന്റെ മനസ്സ് പറഞ്ഞു. നന്നേ ക്ഷീണിച്ചിട്ടും അദ്ദേഹം സമാധാനത്തിനുവേണ്ടി യത്നിച്ചു. അഭയാർത്ഥി ക്യാമ്പുകളിൽ ചെന്ന് ആശ്വസിപ്പിച്ചു.

അക്രമം പടർന്നുപിടിച്ചുകൊണ്ടിരുന്നു. ലഹളകൾ നടക്കുന്നിടത്തെല്ലാം ഗാന്ധിജി ചെന്നു. എല്ലാവഴികളും അടയുകയാണെന്ന് അദ്ദേഹം മനസ്സിലാക്കി. ഇനി ഒറ്റ വഴിയേയുള്ളൂ. ഉപവാസം.

ഉപവാസം മൂന്നാം ദിനത്തിലെത്തിയപ്പോഴേക്കും ഗാന്ധിജി അവശനായി. വിവിധ മതവിശ്വാസികൾ ഗാന്ധിജിയെ കാണാനെത്തി. ഉപവാസം അവസാനിപ്പിക്കണമെന്ന് അവരഭ്യർത്ഥിച്ചു. വിവിധ സംഘടനകളുടെ നേതാക്കളും എത്തിക്കൊണ്ടിരുന്നു. അങ്ങനെ അഞ്ചാം ദിവസം ഉപവാസം അവസാനിപ്പിച്ചു.

ഇതിനിടയിൽ ഏറ്റവും ദുഃഖകരമായത് സംഭവിച്ചു. ഇന്ത്യാവിഭജനം. നൂറ്റാണ്ടുകളായി ഒന്നായി നിന്ന ഭാരതഭൂമി രണ്ടായി വെട്ടിമുറിച്ചു. 1947 ആഗസ്ത് 14 ന് അർദ്ധരാത്രിയിൽ ഇന്ത്യയും പാകിസ്ഥാനും എന്ന രണ്ടു സ്വതന്ത്രരാഷ്ട്രങ്ങളുണ്ടായി.

1947 ആഗസ്ത് 15 ന് സ്വതന്ത്രഭാരതത്തിലെ ആദ്യഗവർണർ ജനറലായി മൗണ്ട് ബാറ്റൺ പ്രഭു അധികാരമേറ്റു. പ്രധാന മന്ത്രിയായത് ജവഹർലാൽ നെഹ്റുവായിരുന്നു.

അധികാര കൈമാറ്റത്തിന്റെ ആഘോഷങ്ങളിലൊന്നും പങ്കെടുക്കാതെ ഗാന്ധിജി കൽക്കത്ത അഭയാർത്ഥി ക്യാമ്പുകളിൽ സഹോദരരുടെ കണ്ണീരൊപ്പുകയായിരുന്നു.

കുടുംബജീവിതം

വിവാഹത്തെക്കുറിച്ച് നാണത്തോടെയാണ് ഗാന്ധിജി എഴുതിയത്. ഇന്ത്യയിൽ ശൈശവവിവാഹം നടക്കുന്ന കാലമാണത്. വിവാഹം നാടിന്റെ ആഘോഷമായിത്തീരാറുണ്ടെന്ന് ഗാന്ധിജി അനുസ്മരിക്കുന്നു. ഗാന്ധി കുടുംബത്തിൽ മൂന്നുപേരുടെ വിവാഹം ഒന്നിച്ചു നടക്കുകയായിരുന്നു. വിവാഹച്ചടങ്ങുകൾ ഒരു ഹാളിലാണ് നടത്തിയത്.

ഗാന്ധിജി വിവാഹം ചെയ്തത് കസ്തൂർബായെയാണ്. വിവാഹത്തിന്റെ ഭാഗമായി കസ്തൂർബായുടെ വീട്ടിൽ ആഘോഷം നടന്നു. അവർക്കുവേണ്ടി വസ്ത്രങ്ങളും ആഭരണങ്ങളും ഒരുക്കി. പാട്ടും നൃത്തവും നടത്തി.

പതിമൂന്നാം വയസ്സിലാണ് ഗാന്ധിജിയുടെ വിവാഹം നടന്നത്. അദ്ദേഹത്തിന്റെ അതേ പ്രായമായിരുന്നു പത്നിക്ക്.

വിവാഹസംഘം വാദ്യഘോഷങ്ങളോടെയാണ് ഹാളിലെത്തിയത്. സമുദായ സഭയുടെ നേതൃത്വത്തിലായിരുന്നു ചടങ്ങുകൾ. മൂന്നു വിവാഹങ്ങളാണ് അവിടെ നടന്നത്. ആദ്യം ഗാന്ധിജിയുടെ ജ്യേഷ്ഠൻ കാർസൺദാസിന്റെ ചടങ്ങ് നടന്നു. രണ്ടാമതായി ഗാന്ധിജിയുടെ പിതൃസഹോദരപുത്രൻ മോത്തിലാൽ വിവാഹിതനായി. മൂന്നാമതായിരുന്നു ഗാന്ധിജിയുടെ വിവാഹം.

ഗോകുൽദാസ് മക്കാൻജിയുടെ മകളാണ് കസ്തൂർബ. അമ്മ വ്രജകൂൺവേർബാ. ദമ്പതിമാരുടെ ഏകമകളായിരുന്നു. മൂത്തതും ഇളയതുമായി രണ്ടു സഹോദരങ്ങളുമുണ്ടായിരുന്നു.

പരീക്ഷണങ്ങളുടെ അറുപത്തിരണ്ടു വർഷം അവർ ഒന്നിച്ചു ജീവിച്ചു. ഭാര്യ ഒരു മാതൃകാപത്നിയാകണമെന്ന് ഗാന്ധിജി ആഗ്രഹിച്ചു. സംശുദ്ധമായ ജീവിതം നയിക്കണം. ഗാന്ധിജി എഴുതുന്നു. "കസ്തൂർ

ബയെ ഞാൻ ആവേശത്തോടെ സ്നേഹിച്ചിരുന്നു. സ്കൂളിൽ പോയാലും അവളെപ്പറ്റി ചിന്തിച്ചു. എങ്കിലും അസഹിഷ്ണുവായ ഒരു ഭർത്താവായി ആദ്യമാദ്യം ഞാൻ മാറിപ്പോയി. അവളുടെ ഓരോ ചലനവും നിരീക്ഷിക്കുക എന്റെ കടമയാണെന്ന് തോന്നി. എന്റെ അനുവാദമില്ലാതെ എങ്ങും പോകാനനുവദിച്ചില്ല. ഇത് കലഹത്തിലേക്കും മിണ്ടാത്ത അവസ്ഥയിലേക്കും എത്തിച്ചിരുന്നു."

മോഹൻദാസിന്റെ വിചിത്രമായ പെരുമാറ്റങ്ങളും ചിന്തകളും കസ്തൂർബ ആദ്യം എതിർത്തുവെങ്കിലും പിന്നീട് സഹിക്കുകയും ചെയ്തു. തുടർന്നുള്ള ജീവിതത്തിൽ ഗാന്ധിജിയുടെ കരുത്തും സഹായിയുമായി അവർ പ്രവർത്തിച്ചു.

ദമ്പതിമാർക്ക് നാലുമക്കളാണ്. ഹരിലാൽ ഗാന്ധി, മണിലാൽ ഗാന്ധി, രാംദാസ് ഗാന്ധി, ദേവദാസ് ഗാന്ധി.

ബാരിസ്റ്റർ പരീക്ഷയ്ക്ക് പഠിക്കാൻ ലണ്ടനിൽ പോയപ്പോഴാണ് ഗാന്ധിജിക്കും കസ്തൂർബായ്ക്കും പിരിഞ്ഞു കഴിയേണ്ടിവന്നത്. അക്കാലമത്രയും വീട്ടുകാരെ ശുശ്രൂഷിച്ച് ജീവിച്ചു. വക്കീലായി തിരിച്ചെത്തിയ ഗാന്ധിജിയിൽ രൂപത്തിലും ഭാവത്തിലും വലിയ മാറ്റങ്ങളുണ്ടായിരുന്നു. കസ്തൂർബ പക്വമതിയായ ഭാര്യയായിക്കഴിഞ്ഞിരുന്നു.

ഗാന്ധിജിക്ക് ദക്ഷിണാഫ്രിക്കയിലേക്ക് പോകേണ്ടിവന്നപ്പോൾ കസ്തൂർബ വീണ്ടും അസ്വസ്ഥനായി. ഒരു വർഷത്തേക്കായിരുന്നു ഗാന്ധിജിയുടെ യാത്ര. എന്നാൽ മൂന്നുവർഷക്കാലം നീണ്ടു നിന്നു. തിരിച്ചെത്തി നാട്ടിൽ പ്രാക്ടീസ് തുടങ്ങിയെങ്കിലും വീണ്ടും ദക്ഷിണാഫ്രിക്കയിലേക്ക് പോകേണ്ടിവന്നു. അപ്പോൾ ഗാന്ധിജി ഒറ്റയ്ക്കല്ല പോയത്. ഭാര്യയെയും മക്കളെയുംകൂട്ടിയാണ്.

ദക്ഷിണാഫ്രിക്കയിലെ താമസം കസ്തൂർബായ്ക്കും ഗാന്ധിജിക്കും സന്തോഷപ്രദമായിരുന്നു. കടൽത്തീരത്തുള്ള ഒരു ബംഗ്ലാവിലാണ് കുടുംബം താമസിച്ചത്. ഗാന്ധിജിയുടെ വക്കീലാഫീസും വീട് തന്നെയായിരുന്നു.

കുട്ടികളെ വലിയ സ്കൂളിലോ കോളേജിലോ അയച്ച് പഠിപ്പിക്കാൻ തുനിഞ്ഞില്ല. വീട്ടിൽനിന്നുതന്നെയാണ് വിദ്യാഭ്യാസം നല്കിയത്. മൂത്ത മകൻ ഹരിലാൽ മാത്രം സ്കൂളിൽ ചേർന്നു പഠിച്ചിരുന്നു. കുട്ടികളെ മാതാപിതാക്കളിൽനിന്നും അകറ്റി വിദ്യാഭ്യാസം ചെയ്യിക്കരുതെന്ന് ഗാന്ധിജി പറഞ്ഞു. എന്നാൽ മൂത്തമകന് അച്ഛന്റെ വിദ്യാഭ്യാസരീതിയോട് എതിർപ്പായിരുന്നു. എന്നാൽ കസ്തൂർബ ഗാന്ധിജിയുടെ ആദർശങ്ങളുമായി പൊരുത്തപ്പെട്ടുകൊണ്ടിരുന്നു.

"ഗാന്ധിജിയുടെ തിരക്കുകൾ വർദ്ധിച്ചുകൊണ്ടിരുന്നു. വക്കീൽ ജോലിയിൽനിന്നും നല്ല വരുമാനം ലഭിച്ചിരുന്നു. എങ്കിലും വീട്ടിൽ ജോലിക്കാരെ നിയമിക്കുന്നതിൽ ഗാന്ധിജി എതിരായിരുന്നു. ഗൃഹജോലികളിൽ ഗാന്ധിജി പങ്കാളിയായി. കുട്ടികളെ അതിനു പരിശീലിപ്പിച്ചു. കുട്ടികളുടെ ജീവിതം പാഴാകുമോ എന്ന് കസ്തൂർബ ഭയപ്പെട്ടു. അതുകൊ

ണ്ടുതന്നെ നാട്ടിലേക്ക് തിരിച്ചു പോകുന്നതിനെക്കുറിച്ച് അവർ ചിന്തിച്ചു."
(*കസ്തൂർബയുടെ ജീവിതകഥ* - എം സുരേഷ്ബാബു)

നാട്ടിലേക്ക് മടങ്ങാൻ നിശ്ചയിച്ച ഗാന്ധിജിക്കും കുടുംബത്തിനും ദക്ഷിണാഫ്രിക്കയിൽ വൻയാത്രയയപ്പ് നല്കി. വിലപിടിച്ച ആഭരണങ്ങളും മറ്റു സമ്മാനങ്ങളും ലഭിക്കുകയുണ്ടായി. ഈ ആഭരണങ്ങളെച്ചൊല്ലിയും ഗാന്ധിജിയും കസ്തൂർബായും തർക്കിക്കുകയുണ്ടായി. എത്രതന്നെ തർക്കിച്ചാലും ഒടുവിൽ ഗാന്ധിജി പറയുന്നത് അനുസരിക്കും.

ഗാന്ധിജിയുടെ ശക്തിയും അനുയായിയുമായാണ് കസ്തൂർബ ദക്ഷിണാഫ്രിക്കയിൽനിന്നും തിരിച്ചുവന്നത്. വിദേശതാമസം അവർക്ക് അറിവും അനുഭവവും നല്കി. പലതരം ആളുകളുമായി അവരിടപഴകി. കസ്തൂർബ ഗാന്ധിജിക്ക് ചേരുന്നവിധം വിശാലമനസ്കയാവുകയായിരുന്നു.

മകൻ മണിലാലിന് ടൈഫോയിഡ് ബാധിച്ച സന്ദർഭമുണ്ടായിരുന്നു. മരുന്നുകളൊന്നും ഫലിച്ചില്ല. മുട്ടയും കോഴിസൂപ്പും നല്കണമെന്ന് ഡോക്ടർ നിർദ്ദേശിച്ചു. ഗാന്ധിജി വിസമ്മതിച്ചു. മാംസാഹാരം അദ്ദേഹത്തിനിഷ്ടമല്ലായിരുന്നു. ഗാന്ധിജിയുടേതായ ചികിത്സകൊണ്ട് രോഗം ഭേദമായി.

ഗാന്ധിജിക്ക് പിന്നെയും ദക്ഷിണാഫ്രിക്കയിലേക്ക് പോകേണ്ടിവന്നു. ആദ്യം തനിച്ചാണ് പോയത്. പിന്നീട് ഭാര്യയെയും മക്കളെയും വരുത്തി. മൂത്തമകൻ ഹരിലാൽ അമ്മയുടെ കൂടെ പോയില്ല.

ഗാന്ധിജി അവിടെ 'ഫിലിക്സ്' ആശ്രമം സ്ഥാപിച്ചു. അക്കാലത്ത് അദ്ദേഹം റസ്കിന്റെ *Un to the Last* എന്ന പുസ്തകം വായിക്കുകയുണ്ടായി. അതിൽ പറയുന്ന സിദ്ധാന്തങ്ങളനുസരിച്ചാണ് ഫിനിക്സ് ആശ്രമം പ്രവർത്തിച്ചത്. ആശ്രമവാസികളെല്ലാം കൃഷി പരിശീലിച്ചു. കസ്തൂർബായാണ് എല്ലാറ്റിനും മേൽനോട്ടം വഹിച്ചത്. ഇന്ത്യക്കാരും ഇംഗ്ലീഷുകാരുമായ പല കുടുംബങ്ങളും ആശ്രമത്തിൽ താമസിച്ചിരുന്നു. കസ്തൂർബ എല്ലാവരുടെയും സ്നേഹമയിയായ അമ്മയായിരുന്നു.

ഗാന്ധിജിയുടെ കൂടെ കസ്തൂർബയും സത്യഗ്രഹസമരത്തിൽ പങ്കെടുത്തതും ദക്ഷിണാഫ്രിക്കയിൽ വച്ചാണ്. സർക്കാർ ഇന്ത്യക്കാർക്കെതിരെ പുതിയ നിയമം പാസാക്കി. പുതിയ നിയമത്തിനെതിരെ ഇന്ത്യക്കാരെ മുഴുവൻ അണിനിരത്താൻ ഗാന്ധിജി പ്രയത്നിച്ചു. നിയമം അനുസരിക്കാതെ പ്രതിഷേധിക്കാൻ ഗാന്ധിജിയും സഹപ്രവർത്തകരും നിശ്ചയിച്ചു. സമരം സമാധാനപരമായിരുന്നു. 'സത്യഗ്രഹസമരം' എന്ന് ഗാന്ധിജി ഇതിനെ പേരിട്ടുവിളിച്ചു.

1913 ൽ ദക്ഷിണാഫ്രിക്കൻ ഹൈക്കോടതി പ്രത്യേകവിധി പുറപ്പെടുവിച്ചു. ക്രിസ്തുമതാചാരമല്ലാതെയുള്ള വിവാഹങ്ങൾ അസാധുവാണ് എന്നായിരുന്നു വിധി. ഇന്ത്യക്കാരുടെ വികാരത്തെ ഇത് മുറിപ്പെടുത്തി. ഇതിനെതിരെ സത്യഗ്രഹം ശക്തിപ്പെട്ടു. ഗാന്ധിജിയോടൊപ്പം കസ്തൂർബയും സമരത്തിൽ പങ്കെടുത്തു. രണ്ടുപേരും അറസ്റ്റിലായി. മൂന്നു

മാസത്തെ തടവിനാണ് കസ്തൂർബായെ ശിക്ഷിച്ചത്. ജയിലിനു പുറത്തിറങ്ങിയ അവർക്ക് വൻസ്വീകരണം ലഭിച്ചു.

ഗാന്ധിജിയുടെ സുഖത്തിലും ദുഃഖത്തിലും സത്യഗ്രഹങ്ങളിലും ഒരു നിഴലായി കസ്തൂർബായും ഉണ്ടായിരുന്നു. ഇന്ത്യയെ കണ്ടെത്താനുള്ള ഗാന്ധിജിയുടെ യാത്രകളിലെല്ലാം അവരും പങ്കെടുത്തു. സ്ഥിരവാസമോ വിശ്രമമോ ഇല്ലാത്ത ജീവിതം. യാത്രകൾ കസ്തൂർബായെ തളർത്തിക്കൊണ്ടിരുന്നു. പലതവണ അവർ കടുത്ത രോഗത്തിനിരയായി. ഗാന്ധിജി ക്ഷമയോടെ ശുശ്രൂഷിച്ച് രക്ഷപ്പെടുത്തി.

ഗാന്ധിജി അഹമ്മദാബാദിൽ ആശ്രമം സ്ഥാപിച്ചപ്പോൾ കസ്തൂർബാ അതിന്റെ പ്രധാന ചുമതല വഹിച്ചു. ആരോടും പരിഭവം കാട്ടാതെ അവർ ജോലി ചെയ്തു. ആശ്രമത്തിലുള്ളവർക്ക് രോഗം പിടിപെട്ടാൽ അമ്മയുടെ സ്നേഹത്തോടെ കസ്തൂർബ പരിചരിച്ചു. സത്യഗ്രഹാശ്രമത്തിലെ അമ്മ എന്ന് അവർ അറിയപ്പെട്ടു.

നാടിന്റെ നട്ടെല്ലായ കർഷകരും തൊഴിലാളികളും ജീവിക്കുന്ന ഗ്രാമങ്ങളിലെല്ലാം ഗാന്ധിജിയുടെ കൂടെ കസ്തൂർബായും സഞ്ചരിച്ചു. പാവപ്പെട്ട ജനങ്ങൾ താമസിക്കുന്ന ഇരുളടഞ്ഞ കുടിലുകൾ അവർ സന്ദർശിച്ചു. എല്ലും തോലുമായി നരകയാതനയിൽ കഴിയുന്നവരെ ആശ്വസിപ്പിച്ചു.

"ഉടുതുണിക്ക് മറുതുണിയില്ലാതെ, വിശപ്പടക്കുവാൻ ഭക്ഷണമില്ലാതെ, കിടന്നുറങ്ങാൻ വീടില്ലാതെ, ദുരിതം മാത്രം അനുഭവിക്കുന്ന പാവപ്പെട്ട കർഷകരുടെ ജീവിതം അവരുടെ നിർമ്മലഹൃദയത്തെ പിടിച്ചുലച്ചു. ഭാരതത്തിലെ അവശരായ ലക്ഷങ്ങളുടെ ദുരിതനിവാരണത്തിനായി ബാ തന്റെ ജീവിതം അർപ്പിച്ചു." (*കസ്തൂർബ ഗാന്ധി* - ജി കമലമ്മ)

സേവനവും ത്യാഗവുംകൊണ്ട് കസ്തൂർബ തന്റെ മാതൃസ്ഥാനം കരസ്ഥമാക്കിയിരിക്കുന്നുവെന്ന് ഗാന്ധിജി പറയുമായിരുന്നു. അമ്മ, ചങ്ങാതി, നഴ്സ് ഇങ്ങനെ എല്ലാമായി അവർ അനുഭവപ്പെടുന്നെന്നും ഗാന്ധിജി ചൂണ്ടിക്കാട്ടി.

ക്വിറ്റിന്ത്യാസമരത്തിന്റെ ഭാഗമായി ഗാന്ധിജിയുടെ കൂടെ കസ്തൂർബയെയും അറസ്റ്റുചെയ്തു. പൂനയിലുള്ള ആഗാഖാൻ കൊട്ടാരത്തിലാണ് പാർപ്പിച്ചത്. പട്ടാളക്കാരുടെ കാവലിൽ കൊട്ടാരത്തിൽ കഴിയേണ്ടിവരുന്നത് സങ്കടകരമായി അവർക്കു തോന്നി.

വാർദ്ധക്യവും രോഗവും കസ്തൂർബായെ തളർത്തിക്കൊണ്ടിരുന്നു. അവർക്ക് രണ്ടുതവണ ഹൃദ്രോഗബാധയുണ്ടായി. ഗാന്ധിജി നിരാഹാരവ്രതം ആരംഭിച്ചപ്പോൾ അവർ ഏറെ ഉൽക്കണ്ഠപ്പെട്ടു. അദ്ദേഹത്തിന് ആപത്തുണ്ടാകാതിരിക്കട്ടെ എന്നാണവർ പ്രാർത്ഥിച്ചത്.

കസ്തൂർബായുടെ ആരോഗ്യനില വഷളായിക്കൊണ്ടിരുന്നു. ഗാന്ധിജി അരികിലിരുന്ന് ഭാര്യയെ ശുശ്രൂഷിച്ചു. സരോജിനി നായിഡുവും സുശീലാ നയ്യാരും വേണ്ട സഹായങ്ങൾ ചെയ്തു. മൂത്ത മകൻ ഹരിലാലിന്റെ വഴിവിട്ട ജീവിതം ആ അമ്മയെ തളർത്തിക്കൊണ്ടിരുന്നു.

1944 ഫിബ്രവരി 22. കസ്തൂർബ തീർത്തും അവശയായി. ഗാന്ധിജിയുടെ മടിയിൽ തലവച്ച് അവർ കിടന്നു. അദ്ദേഹം അവരുടെ വായിൽ ഒരു സ്പൂൺ വെള്ളം ഒഴിച്ചുകൊടുത്തു. ചുറ്റുമുള്ളവർ വിങ്ങിപ്പൊട്ടി നില്ക്കുകയായിരുന്നു.

ഭർത്താവിന്റെ മടിയിൽ കിടന്നുകൊണ്ട് കസ്തൂർബ അന്ത്യശ്വാസം വലിച്ചു.

ശാന്തിദൂതൻ

രണ്ടാം ലോകമഹായുദ്ധം അവസാനിച്ചതോടെ ഇന്ത്യയോടുള്ള സമീപനത്തിൽ മാറ്റം വരുത്താൻ ബ്രിട്ടൻ നിർബ്ബന്ധിതമായി. കൂടിയാലോചനയിലൂടെ പ്രശ്നങ്ങൾക്ക് പരിഹാരമുണ്ടാക്കണമെന്ന് ബ്രിട്ടനാഗ്രഹിച്ചു. ഇതിന്റെ ഭാഗമായി ഗാന്ധിജിയെയും പ്രവർത്തകസമിതി അംഗങ്ങളെയും ജയിലിൽ നിന്നു വിട്ടയച്ചു.

വൈസ്രോയിയുടെ നേതൃത്വത്തിൽ സിംലയിൽ വച്ച് കൂടിയാലോചനകൾ നടത്താൻ തീരുമാനിച്ചു. വൈസ്രോയിയുടെ അഭിപ്രായത്തോട് ഗാന്ധിജി യോജിച്ചപ്പോൾ ജിന്ന നിസ്സഹകരിച്ചു. ജിന്നയുടെ സമ്മതമില്ലാതെ ഒരു തീരുമാനം കൈക്കൊള്ളാൻ വൈസ്രോയിക്ക് കഴിയുമായിരുന്നില്ല.

സ്വാതന്ത്ര്യവുമായി ബന്ധപ്പെട്ട എല്ലാ ചർച്ചകളിലും ജിന്ന വിരുദ്ധ നിലപാട് സ്വീകരിച്ചു. മതേതരമായ ഒരു രാഷ്ട്രം എന്ന സങ്കല്പം തകർന്നു തുടങ്ങി. മതാധിഷ്ഠിതമായി ഇന്ത്യ വിഭജിക്കപ്പെടണമെന്ന ചിന്തയ്ക്ക് ശക്തി കൂടി.

ഇന്ത്യയിൽ ഇടക്കാല ഗവൺമെന്റുണ്ടാക്കുന്നതിന് വൈസ്രോയി ശ്രമം തുടങ്ങി. ലീഗ് ഈ ശ്രമത്തിന് പിന്തുണ നല്കിയില്ല.

ജവഹർലാൽ നെഹ്റുവിന്റെ നേതൃത്വത്തിൽ ഇടക്കാല ഗവൺമെന്റ് രൂപീകരിച്ചുവെങ്കിലും ലീഗിന്റെ നിസ്സഹകരണം തുടർന്നു. പാകിസ്ഥാനുവേണ്ടി ലീഗ് ശക്തിയുക്തം വാദിച്ചു.

കോൺഗ്രസിനെയും ലീഗിനെയും ഒരുപോലെ തൃപ്തിപ്പെടുത്തുന്ന ഒരു തീരുമാനത്തിൽ വൈസ്രോയി എത്തിച്ചേർന്നു. രണ്ടുപരമാധികാര

സ്റ്റേറ്റുകൾ രൂപവല്ക്കരിക്കുക. കോൺഗ്രസിന് ഇത് സമ്മതമായി. അങ്ങനെയാണ് ഇടക്കാല ഗവൺമെന്റ് രൂപീകൃതമായത്.

ലീഗ് പ്രത്യക്ഷസമരത്തിനിറങ്ങി. സമരം കലാപങ്ങളിലേക്ക് നീങ്ങി. സംഘർഷം രൂക്ഷമായത് നവാഖാലിയിലാണ്. അവിടെ കൂട്ടക്കൊലകൾ നടന്നു. വീടുകൾ ചുട്ടെരിച്ചു. പൈശാചിമായിരുന്നു ആക്രമണങ്ങൾ. ബീഹാർ, ഉത്തർപ്രദേശ്, പഞ്ചാബ് എന്നിവിടങ്ങളിലേക്കും കലാപം പടർന്നുപിടിച്ചു.

മനുഷ്യ മനഃസാക്ഷിയെ മരവിപ്പിക്കുന്നതായിരുന്നു സംഭവങ്ങൾ. വിദേശ പത്രങ്ങളിലും ഇത് പ്രധാനവാർത്തയായി.

ഗാന്ധിജി അത്യധികം ദുഃഖിച്ചു. ചിരകാലമായി താൻ സ്വരൂപിച്ചുകൊണ്ടുവന്ന സ്വപ്നം തകരുകയാണ്. ഇന്ത്യ സ്വാതന്ത്ര്യത്തിന്റെ പടിവാതില്ക്കലെത്തി നില്ക്കുന്ന സന്ദർഭമാണ്. ഇന്ത്യക്കാർ മനസ്സ് തുറന്ന് സന്തോഷിക്കേണ്ട സമയം. പക്ഷേ, നിർഭാഗ്യകരമായത് സംഭവിക്കുന്നു. തെരുവുകളിൽ മനുഷ്യരക്തം ഒഴുകി നടക്കുന്നു. അന്തരീക്ഷം നിലവിളികളാൽ മുഖരിതമാവുന്നു.

ഗാന്ധിജിക്ക് അടങ്ങിയിരിക്കാനായില്ല. ആരോടും യാത്ര ചോദിക്കാതെ ഊന്നുവടിയുമായി അദ്ദേഹമിറങ്ങി. ആദ്യംചെന്നത് നവാഖാലിയിലേക്കാണ്. ആരോഗ്യം മോശമായിട്ടുകൂടി ഗാന്ധിജി ഗ്രാമങ്ങളിൽ സഞ്ചരിച്ചു. മതസൗഹാർദ്ദത്തിനുവേണ്ടി യത്നിച്ചു. ഭയാനകമായ മനുഷ്യക്കുരുതി കണ്ട് അദ്ദേഹം സ്വയം ഉരുകി. ഇതെല്ലാം കാണാൻ ജീവിച്ചിരിക്കേണ്ടിയിരുന്നില്ല എന്നദ്ദേഹത്തിന് തോന്നി.

മനുഷ്യനിലെ നന്മ ഉണർത്തുവാൻ അദ്ദേഹം ഉപദേശിച്ചു. ക്രൂരത ചെയ്തവർക്ക് മാപ്പ് നല്കാനുള്ള വിശാലതയുണ്ടാകണമെന്ന് ആവശ്യപ്പെട്ടു.

ചെന്നിടത്തെല്ലാം അദ്ദേഹം സമാധാനം യാചിച്ചു. പ്രാർത്ഥനയും യോഗങ്ങളും നടത്തി ജനതയെ ആശ്വസിപ്പിച്ചു. സമാധാനം വാക്കുകളിൽ മാത്രം പോരെന്നദ്ദേഹം പറഞ്ഞു.

അഹിംസാമന്ത്രം ഉരുവിട്ടുകൊണ്ടാണ് ഗാന്ധിജി യാത്ര ചെയ്തത്. ഗാന്ധിജിയെ കാണാൻ ഗ്രാമീണർ തടിച്ചുകൂടിയിരുന്നു. അവരെയെല്ലാം അദ്ദേഹം ആശ്വസിപ്പിച്ചു. സ്നേഹത്തിന്റെ മന്ത്രം കേൾപ്പിച്ചു. കവി പാലാ നാരായണൻ നായർ പാടുന്നു...

മുട്ടിനെ മറയ്ക്കാത്ത ഖാദിയും അതിദീർഘ-
യഷ്ടിയും, തോളത്തിട്ട വേഷ്ടിയും, ശിഖയുമായ്

സുഗതാ ഭവാനെത്ര മുമ്പോട്ടുപോയി...ഹാ...ഹാ..
സുകൃതം തികയാതെ ഞങ്ങളിറങ്ങുമ്പോൾ
നരനെ കുരുതിക്ക് വെട്ടിയ ബംഗാളിലെ
നവഖാലിയിൽ പോലും നാമ്പുകൾ പൊടിക്കുന്നു.
പാവിതം രണ്ടക്ഷരം, 'ഗാന്ധി' ആ മന്ത്രം കൊണ്ട്
ജീവിതം തളിർത്തീടും പൂത്തീടും ഫലിച്ചിടും..

മൗണ്ട് ബാറ്റൺ പദ്ധതി പ്രകാരം ഇന്ത്യ വിഭജിക്കപ്പെട്ടു. 1947 ജൂൺ മൂന്നിനു നടത്തിയ പത്രസമ്മേളനത്തിൽ വച്ച് മൗണ്ട് ബാറ്റൺ പ്രഭു ഇക്കാര്യം പ്രഖ്യാപിച്ചു. ബ്രിട്ടീഷിന്ത്യയെ ഇന്ത്യൻ യൂണിയനെന്നും പാകിസ്ഥാനെന്നും രണ്ടായി വിഭജിക്കുന്നുവെന്ന് പ്രഭു പ്രസ്താവിച്ചു.

ഇന്ത്യയെയും പാകിസ്ഥാനെയും വേർതിരിക്കുന്ന രേഖ 'റാഡ്ക്ലിഫ് രേഖ' എന്നാണറിയപ്പെട്ടത്. അതിര് നിർണ്ണയിക്കാൻ നിയോഗിക്കപ്പെട്ട കമ്മീഷന്റെ ചെയർമാനായിരുന്നു സർ സിറിൽ റാഡ്ക്ലിഫ്. ഭൂമിശാസ്ത്രപരമായി ബംഗാൾ, പഞ്ചാബ് എന്നീ പ്രവിശ്യകളിലാണ് വിഭജനം നടന്നത്. ബംഗാളിനെ കിഴക്കൻ ബംഗാളെന്നും പടിഞ്ഞാറൻ ബംഗാളെന്നും വേർതിരിച്ചു. കിഴക്കൻ ബംഗാൾ പാകിസ്ഥാന്റെ ഭാഗമാക്കി. പടിഞ്ഞാറൻ ബംഗാൾ ഇന്ത്യൻ യൂണിയനിലും ഉൾപ്പെടുത്തി. കിഴക്കൻ ബംഗാൾ പിന്നീട് 'ബംഗ്ലാദേശ്' എന്ന സ്വതന്ത്രരാജ്യമായി. പഞ്ചാബും ഇതുപോലെ വിഭജിച്ചു. പശ്ചിമ പഞ്ചാബ് പാകിസ്ഥാന്റെ ഭാഗമായി. കിഴക്കൻ പഞ്ചാബ് ഇന്ത്യൻ യൂണിയന്റെയും ഭാഗമാക്കി. കിഴക്കൻ പഞ്ചാബ് പിന്നീട് പഞ്ചാബ്, ഹരിയാന, ഹിമാചൽപ്രദേശ് എന്നീ ഇന്ത്യൻ സംസ്ഥാനങ്ങളായി.

അതിർത്തി നിർണ്ണയം പൂർത്തിയായതോടെ ജനങ്ങൾ ഇരുവശങ്ങളിലേക്കും പലായനം ചെയ്തു. ഇത്ര ഭീമമായ പലായനം ഉണ്ടാകുമെന്ന് പുതിയ സർക്കാരുകൾ വിചാരിച്ചിരുന്നില്ല. പലായനത്തിനിടയിൽ അക്രമങ്ങളും കലാപങ്ങളും ഉടലെടുത്തു. പലായനം ചെയ്യാൻ കഴിയാത്തവർ ഭീതിയോടെയാണ് കഴിഞ്ഞുകൂടിയിരുന്നത്.

രണ്ടരക്കോടിയോളം ജനങ്ങൾ ഈ രീതിയിൽ അങ്ങോട്ടുമിങ്ങോട്ടും പലായനം ചെയ്തിരിക്കാം എന്നാണ് കണക്കാക്കപ്പെടുന്നത്. ഇന്ത്യയിലേക്കുള്ളവർ കൂടുതലും വന്നെത്തിയത് ഡൽഹിയിലാണ്.

വിഭജനത്തിൽ ഏറ്റവുമധികം പീഡിപ്പിക്കപ്പെട്ടത് സ്ത്രീകളാണ്. നിർബ്ബന്ധപൂർവ്വം ഇരുഭാഗങ്ങളിലേക്കും സ്ത്രീകൾക്ക് നീങ്ങേണ്ടിവന്നു.

വിഭജനത്തിനുശേഷം ഇന്ത്യയും പാകിസ്ഥാനും തമ്മിലുള്ള ബന്ധം

സൗഹാർദ്ദപരമായിരുന്നില്ല. അതിർത്തി പ്രദേശങ്ങളിൽ അക്രമങ്ങൾ നടന്നുകൊണ്ടിരിക്കുന്നു. ജമ്മു-കാശ്മീർ പ്രദേശത്തെച്ചൊല്ലിയാണ് സംഘർഷങ്ങൾ ഉടലെടുത്തുകൊണ്ടിരുന്നത്.

ബ്രിട്ടീഷ് ഭരണം അവസാനിപ്പിച്ച് ഭാരതം സ്വതന്ത്രമായത് 1947 ആഗസ്ത് 15 നാണ്. വർഷന്തോറും അന്ന് സ്വാതന്ത്ര്യദിനമായാചരിക്കുന്നു. അന്ന് പൊതുഅവധിയാണ്. അന്ന് നാടാകെ ദേശീയ പതാക ഉയർത്തും. ഡൽഹിയിലെ ചെങ്കോട്ടയിൽ പ്രധാനമന്ത്രിയാണ് പതാക ഉയർത്തുക. തുടർന്ന് രാജ്യത്തോടായി പ്രസംഗിക്കും.

സ്വാതന്ത്ര്യദിനാഘോഷം നടക്കുമ്പോൾ ഗാന്ധിജി എവിടെയായിരുന്നു? സംഘർഷ ഭൂമിയിൽ ശാന്തി ദൂതുമായി അദ്ദേഹം കഴിയുകയായിരുന്നു. ബംഗാളിലെ അഭയാർത്ഥികൾക്കിടയിൽ കഴിഞ്ഞിരുന്ന അദ്ദേഹത്തിന് സ്വാതന്ത്ര്യദിനത്തിന്റെ ആനന്ദം അനുഭവിക്കാൻ കഴിഞ്ഞില്ല. വിഭജിക്കപ്പെട്ട ഭാരതമല്ല അദ്ദേഹം പ്രതീക്ഷിച്ചത്. സഹോദരങ്ങൾ പരസ്പരം കൊലവിളി നടത്തുന്നത് ഗാന്ധിജിയെ പരിഭ്രാന്തനാക്കി.

ലഹള ശാന്തമാകുന്നതുവരെ ഉപവസിക്കുമെന്ന് ഗാന്ധിജി പ്രഖ്യാപിച്ചു. ആളിക്കത്തുന്ന വർഗ്ഗീയത കെട്ടടങ്ങണം. ഹിന്ദുക്കളും മുസ്ലീങ്ങളും സഹോദരങ്ങളായി കഴിഞ്ഞുകൂടണം.

ഗാന്ധിജി ഉപവസിക്കുന്ന വാർത്ത നാടറിഞ്ഞു. രണ്ടുസമുദായങ്ങളിലെയും നേതാക്കൾ അദ്ദേഹത്തെ കാണാനെത്തി. ഉപവാസം അവസാനിപ്പിക്കണമെന്നപേക്ഷിച്ചു.

മേലിൽ വർഗ്ഗീയ കലാപങ്ങൾ ഉണ്ടാവുകയില്ലെന്ന് ഉറപ്പ് കിട്ടാതെ താൻ ഉപവാസം പിൻവലിക്കില്ലെന്ന് ഗാന്ധിജി വ്യക്തമാക്കി. നേതാക്കൾ ഗാന്ധിജിയെ കാണാൻ വന്നുകൊണ്ടിരുന്നു.

ലഹളയിൽ പങ്കെടുത്തവരും ഗാന്ധിജിയുടെ മുന്നിലെത്തി പശ്ചാത്തപിച്ചു. അവർ ആയുധങ്ങൾ മുന്നിൽ വച്ച് ക്ഷമ യാചിച്ചു. ഹിന്ദുക്കളും മുസ്ലീങ്ങളും ഒത്തുചേർന്ന് ഉപവാസം അവസാനിപ്പിക്കണമെന്ന ഭ്യർത്ഥിച്ചു. നേതാക്കൾ രേഖാമൂലം ഉറപ്പുനല്കി.

സ്നേഹം പുലരുമെന്ന വിശ്വാസത്തോടെ ഗാന്ധിജി ഉപവാസം നിർത്തി. അദ്ദേഹം നന്നേ ക്ഷീണിച്ചിരുന്നു.

കൽക്കത്ത ശാന്തമായിരുന്നു. സമാധാനത്തോടെ അദ്ദേഹം ഡൽഹിയിലേക്ക് മടങ്ങി.

സത്യത്തെ ദൈവമായി കണ്ടു
പൂജിച്ച പുരുഷോത്തമൻ

കുഞ്ഞുറുമ്പിനുമാപത്ത്
പറ്റിയാൽ കരയുന്നവൻ
കുരുന്നു നുള്ളുവാൻ പോലും
കൈയറയ്ക്കും ദയാമയൻ
മറ്റുള്ളോരുടെ ദുഃഖങ്ങൾ
മാറ്റുവാൻ വേല ചെയ്കയാൽ
മഹാത്മാഗാന്ധിയെന്നുള്ള
പേരു നീളെ പ്രസിദ്ധമായ് (വെണ്ണിക്കുളം)

1948 ജനുവരി 30

ദക്ഷിണാഫ്രിക്കയിൽനിന്ന് ഇന്ത്യയിൽ മടങ്ങിയെത്തിയതുമുതൽ ഗാന്ധിജി പ്രവർത്തനനിരതനായിരുന്നു. സമൂഹത്തിലെ പട്ടിണിപ്പാവങ്ങൾക്കും പരിപൂർണ്ണസ്വാതന്ത്ര്യം കൈവരുന്ന ഒരു സൂര്യോദയം അദ്ദേഹം സങ്കല്പിച്ചു. അയിത്തവും അനാചാരവും ഇല്ലാത്ത വ്യവസ്ഥ പുലരണമെന്നാഗ്രഹിച്ചു.

സത്യം തന്നെയാണ് ഈശ്വരൻ എന്ന് ഗാന്ധിജി പഠിപ്പിച്ചു. അഹിംസകൊണ്ടേ വിജയം വരിക്കാനാകൂ. പൂർണ്ണമായ ഹൃദയ നൈർമ്മല്യം സാധിക്കണം. എല്ലാറ്റിനെയും ഒന്നായി കാണാൻ കഴിയണം. ജീവിതം കളങ്കമറ്റതാകണം.

കഠിനമായ പാതകളിലൂടെയാണദ്ദേഹം നടന്നത്. നമ്മുടെ ജീവിതത്തിൽ വെളിച്ചത്തിന്റെ സാന്നിദ്ധ്യം ഉറപ്പാക്കാനാണ് ഗാന്ധിജി പരിശ്രമിച്ചത്.

ദാരിദ്ര്യം ശമിപ്പിക്കാൻ നഗ്നനായ് ജീവിക്കുന്നു.
സമ്പത്ത് വർദ്ധിപ്പിക്കാൻ ചർക്കയിൽ നൂൽ നൂല്ക്കുന്നു.
ഊതിയിൽ പറയുന്നൊരസ്ഥികൂടം കൊണ്ടാർക്കു-
മൂഹിപ്പാനാവാത്തതാം കാര്യങ്ങൾ സാധിക്കുന്നു.

എന്ന് ഉള്ളൂർ മഹാകവി പാടുന്നു. പകയും വിദ്വേഷവും നിറഞ്ഞ ലോകത്തോടാണ് അദ്ദേഹം പോരാടിയത്. കൽക്കത്തയിൽനിന്ന് ഡൽഹിയിലെത്തിയ ഗാന്ധിജി ബിർളാമന്ദിരത്തിലാണ് താമസിച്ചത്.

നാട്ടിൽ കലാപം തുടരുന്നുണ്ടായിരുന്നു. ക്രമസമാധാനം പരിരക്ഷിക്കാൻ ഗവൺമെന്റിനും സാധിക്കാത്ത നിലവന്നു. തെരുവുകളിൽ മൃതദേഹങ്ങൾ വീണുകൊണ്ടിരുന്നു. ക്ഷോഭിച്ചിളകിയ ജനങ്ങൾക്ക് സ്വന്തം സമുദായ വികാരമല്ലാതെ മറ്റൊന്നും മനസ്സിലുണ്ടായിരുന്നില്ല.

ഗാന്ധിജി ശാന്തത കൈവരിക്കാൻ ആഹ്വാനം ചെയ്തുകൊണ്ടിരുന്നു. പരസ്പരം കുത്തിമലർത്തുന്നത് കാണാൻ ജീവിച്ചിരിക്കേണ്ടിയിരുന്നില്ലെന്ന് അദ്ദേഹം ചിന്തിച്ചു.

ഇന്ത്യ വിഭജിക്കപ്പെട്ടപ്പോൾ ഗാന്ധിജി ഏറെ ദുഃഖിച്ചു. ആ വിഭജനം ഇല്ലാതാക്കി ഒറ്റ രാജ്യമാക്കി തീർക്കാനാകുമെന്ന് അദ്ദേഹം പ്രതീക്ഷിച്ചിരുന്നു. ആ പ്രതീക്ഷ ദിവസം കഴിയുന്തോറും മങ്ങിക്കൊണ്ടിരുന്നു. സ്നേഹത്തിന്റെയും അഹിംസയുടെയും പാഠങ്ങളിൽനിന്ന് ജനങ്ങൾ അകലുകയാണെന്ന് അദ്ദേഹം പറഞ്ഞു. ആരോഗ്യം വീണ്ടെടുത്ത് പാകിസ്ഥാനിൽ പര്യടനം നടത്തണമെന്ന് അദ്ദേഹം ചിന്തിച്ചതാണ്. അത്രമാത്രം വിശാലമാണ് അദ്ദേഹത്തിന്റെ ദർശനങ്ങൾ. ഹിന്ദുവും മുസൽമാനും ക്രിസ്ത്യാനിയും പാർസിയും സിക്കുമെല്ലാം ഒരേ മാതാവിന്റെ സന്താനങ്ങളാണെന്ന് അദ്ദേഹം പ്രസ്താവിച്ചു. അതുകൊണ്ട് തന്നെ പരസ്പരം സഹോദരങ്ങളുമാണ്. സഹോദന്മാർ തമ്മിൽ സ്നേഹത്തോടെ വർത്തിക്കണം. സഹകരിച്ചു പ്രവർത്തിക്കണം. ജന്മഭൂമിയുടെ ദാസ്യമകറ്റാനുള്ള പരിശ്രമത്തിൽ ഒന്നിച്ചണിനിരക്കണം.

ശാന്തിദൂതുമായി ഗാന്ധിജി നാടെങ്ങും സഞ്ചരിച്ചു. ആശുപത്രിയിൽ ചെന്ന് മുറിവേറ്റവരെ ആശ്വസിപ്പിച്ചു. മരണപ്പെട്ടവരുടെ വീടുകളിൽ ചെന്ന് ബന്ധുക്കളെ കണ്ടു. അഭയാർത്ഥി ക്യാമ്പുകളിലെത്തി അവരുടെ അപേക്ഷകൾ കേട്ടു. എല്ലാവർക്കും സ്നേഹത്തിന്റെ വാക്കുകളല്ലാതെ മറ്റൊന്നും കൈമാറാനുണ്ടായിരുന്നില്ല.

ഗാന്ധിജിയുടെ മതസൗഹാർദ്ദ പ്രവർത്തനങ്ങളിൽ അസംതൃപ്തരായ ഒരു വിഭാഗം വർഗ്ഗീയവാദികളുണ്ടായിരുന്നു. അവർ ഗാന്ധിജിയെ വിമർശിച്ചു. അദ്ദേഹം തെറ്റുകാരനാണെന്ന് ആക്ഷേപിച്ചു. ഗാന്ധിജിയുടെ പ്രാർത്ഥനായോഗങ്ങളിൽ മറ്റു മതക്കാരുടെ സൂക്തങ്ങൾ ഉദ്ധരിക്കുന്നതിനെയും മതഭ്രാന്തന്മാർ വിമർശിച്ചു.

ഇതൊന്നും ഗാന്ധിജിയെ തളർത്തിയില്ല. മതങ്ങളുടെ പൊരുൾ സത്യവും സ്നേഹവുമാണെന്ന് അദ്ദേഹം ഓർമ്മിപ്പിച്ചു. ബ്രിട്ടീഷുകാരോട് പോരാടുന്നതിൽ ഇത്രയധികം ബുദ്ധിമുട്ട് തനിക്കുണ്ടായിട്ടില്ലെന്ന് ഗാന്ധിജി ചിന്തിച്ചു. സ്വന്തം ജനങ്ങളെ ഒന്നിപ്പിക്കാൻ അതിനേക്കാൾ പ്രയാസം നേരിടുകയാണ്. സഹോദരഭാവം മറന്ന് പരസ്പരം ജീവനെടുക്കുന്നതിൽ അറപ്പോ വെറുപ്പോ ഉണ്ടാകുന്നില്ല. എന്റെ നാട് എന്തുകൊണ്ടിങ്ങനെ അധഃപതിപ്പിച്ചുവെന്ന് ഗാന്ധിജി വിഷാദിച്ചു.

നാട്ടിൽ സംഘർഷങ്ങൾ തുടർന്നുകൊണ്ടിരുന്നു. ക്ഷീണം മറന്നും അദ്ദേഹം പ്രവർത്തിച്ചു. ഇന്ത്യയുടെ ഐശ്വര്യമാണ് കലാപങ്ങളിൽ നഷ്ടപ്പെട്ടുകൊണ്ടിരിക്കുന്നത്. മനുഷ്യമനസ്സിനെ വീണ്ടെടുക്കാതെ ഇതിന് പരിഹാരമുണ്ടാകില്ല. ഇതിന് ഒരേ ഒരു വഴിയേ അദ്ദേഹത്തിന്റെ മുന്നിൽ തെളിഞ്ഞുവന്നുള്ളൂ. അത് ഉപവാസമാണ്. മരണം വരെ ഉപവസിക്കൽ.

ഗാന്ധിജിയുടെ ഉപവാസപ്രഖ്യാപനം കേട്ട് നേതാക്കൾ അമ്പരന്നു. സ്വന്തം ജീവനേക്കാൾ പ്രധാനം നാടിന്റെ സമാധാനമാണെന്ന് പ്രഖ്യാ

പിച്ചുകൊണ്ടാണ് ഗാന്ധിജി ഉപവാസസമരം തുടങ്ങിയത്. പ്രായത്തിന്റെ അവശതയേക്കാൾ അദ്ദേഹത്തെ അലട്ടിയത് നാടിന്റെ പ്രശ്നങ്ങളാണ്. സ്വതന്ത്രഭാരതം കലാപഭൂമിയായി മാറിക്കൊണ്ടിരിക്കുന്നു. ഇതെങ്ങനെ സഹിക്കാനാകും. ഇക്കാലംകൊണ്ട് താൻ സ്വരൂപിച്ചെടുത്ത ജീവിതമൂല്യ ങ്ങൾ നഷ്ടപ്പെടുകയാണോ എന്ന് അദ്ദേഹം ശങ്കിച്ചു. ലോകശ്രദ്ധ മുഴുവൻ അദ്ദേഹത്തിൽ പതിഞ്ഞു.

മറുഭാഗത്ത് ഗാന്ധിജിക്കെതിരെ വർഗ്ഗീയവാദികൾ അണിനിരന്നുകൊണ്ടിരുന്നു. ഗാന്ധിജിക്കെതിരെ അവർ മുദ്രാവാക്യം വിളിച്ചു. ചോരയ്ക്കുപകരം ചോരകൊണ്ട് പ്രതികാരം ചെയ്യുമെന്ന് അവർ പ്രഖ്യാപിച്ചു. ഗാന്ധിജി എന്ന മനുഷ്യനെക്കുറിച്ചും അദ്ദേഹത്തിന്റെ ദർശനങ്ങളെക്കുറിച്ചും അവർ മറക്കുകയായിരുന്നു.

ഗാന്ധിജിയുടെ ഉപവാസം അവസാനിപ്പിക്കുവാൻ നേതാക്കൾക്ക് കഴിഞ്ഞു. സമുദായനേതാക്കൾ ഒന്നിച്ച് ഗാന്ധിജിയെ കണ്ടതിനുശേഷമാണ് ഈ തീരുമാനം ഉണ്ടായത്. അക്രമികൾ അദ്ദേഹത്തിന്റെ കാൽക്കൽ ആയുധം സമർപ്പിച്ച് തെറ്റ് ഏറ്റുപറഞ്ഞു. പാകിസ്ഥാന് കൊടുക്കാനുണ്ടായ പണം ഉടൻ നല്കുമെന്നും തീരുമാനമായി. അങ്ങനെയാണ് 1948 ജനവരി 13 ന് തുടങ്ങിയ ഉപവാസസമരം പിൻവലിച്ചത്.

ഗാന്ധിജിക്കെതിരെ നിരന്തരം ഗൂഢാലോചനകൾ നടന്നുകൊണ്ടിരുന്നു. ഇതിന്റെ ഭാഗമായാണ് ബിർളാവളപ്പിൽ വച്ച് അദ്ദേഹത്തിന്റെ നേർക്ക് ബോംബേറ് ഉണ്ടായത്. അപകടം ഒന്നും കൂടാതെ അദ്ദേഹം രക്ഷപ്പെട്ടു. സർക്കാർ അദ്ദേഹത്തിന് പൊലീസ് കാവൽ ഏർപ്പെടുത്താൻ തയ്യാറായി. ഗാന്ധിജി വിസമ്മതിച്ചു. പൊലീസ് സംരക്ഷണത്തിൽ ബാക്കിയാകേണ്ടതല്ല തന്റെ ജീവനെന്ന് അദ്ദേഹം സൂചിപ്പിച്ചു.

1948 ജനുവരി 30

അന്നും തിരക്കുള്ള ദിവസമായിരുന്നു. കോൺഗ്രസിന്റെ ഭരണഘടന തലേദിവസം തന്നെ എഴുതി പൂർത്തിയാക്കിയിരുന്നു. അതിന്റെ മിനുക്കുപണികൾ നടത്തി. അന്ന് കാലത്തുള്ള പ്രാർത്ഥനയിൽ പഴയ ഗുജറാത്തി ഗാനം കേൾക്കണമെന്ന് അദ്ദേഹം ആഗ്രഹം പ്രകടിപ്പിച്ചു. മനുബഹൻ ആ ഗാനം പാടി. ക്ഷീണിതനായാലും വിശ്രമിക്കരുതെന്ന് സൂചിപ്പിക്കുന്ന ഗാനമാണത്. ഏകനായാലും പ്രവർത്തിച്ചുകൊണ്ടിരിക്കണം.

ഗാന്ധിജി ചുമയ്ക്കുപയോഗിച്ചിരുന്ന മരുന്നു തീർന്നിരുന്നു. അതുണ്ടാക്കട്ടെ എന്ന് മനു ചോദിച്ചു. രാത്രിയാകുമ്പോഴേക്കും എന്താണുണ്ടാവുകയെന്ന് ആർക്കറിയാം എന്ന് ഗാന്ധിജി ഉത്തരം പറഞ്ഞു. തുടർന്നദ്ദേഹം ചോദിച്ചു. ജീവിച്ചിരിക്കുമെന്നതിന് വല്ല ഉറപ്പുമുണ്ടോ.

കീർത്തനം കേട്ടുകഴിഞ്ഞ ശേഷം അദ്ദേഹം മുറിയിൽ ചെന്നു വിശ്രമിച്ചു. അതുകഴിഞ്ഞ് തലേദിവസത്തെ കത്തിടപാടുകൾ പരിശോധിച്ചു. ഏതാനും ദിവസത്തിനുശേഷം ഗാന്ധിജി സേവാഗ്രാമത്തിലേക്ക് പോകാൻ തീരുമാനിച്ചിരുന്നു. ഇത് സംബന്ധിച്ച് അറിയിക്കുന്ന ഒരു കത്ത്

തലേദിവസം എഴുതിവച്ചിരുന്നു. ആ കത്ത് കാണാതെ അദ്ദേഹം വിഷമിച്ചു. മനുവിനോട് ഇക്കാര്യം അന്വേഷിച്ചു. സേവാഗ്രാമത്തിൽ നാമെത്തിയശേഷമല്ലേ കത്ത് അവിടെ എത്തിച്ചേരുകയുള്ളൂ. അതുകൊണ്ട് ഞാനത് എടുത്തുവച്ചു എന്ന് മനു മറുപടി പറഞ്ഞു.

നാളെ എന്തു സംഭവിക്കുമെന്ന് ആർക്കെങ്കിലും അറിയാനാകുമോ -അദ്ദേഹം ചോദിച്ചു.

മനു ഉത്തരം പറഞ്ഞില്ല.

നിത്യേനയുള്ള പത്രവായനയ്ക്കുശേഷം കുളിച്ച് പ്രഭാതഭക്ഷണം കഴിച്ചു. ആട്ടിൻ പാലും തക്കാളി നീരും ഓറഞ്ച് രസവും വേവിച്ച കുറച്ച് പച്ചക്കറികളുമായിരുന്നു പ്രാതൽ.

നേരത്തെ എഴുതി തയ്യാറാക്കിയ ഭരണഘടനയുടെ കരട് പ്യാരെ ലാലിന്റെ കൈവശം കൊടുത്തുവിട്ടു.

ഗാന്ധിജിയെ കാണാൻ സന്ദർശകർ വന്നുകൊണ്ടിരുന്നു. സർദാർ പട്ടേൽ മകളുമൊത്താണ് വന്നെത്തിയത്. നെഹ്റുവുമായുള്ള തർക്കം രമ്യമായി പരിഹരിക്കണമെന്ന് ഗാന്ധിജി നിർദ്ദേശിച്ചു. ഗൗരവം നിറഞ്ഞ ഏറെ വിഷയങ്ങൾ ഇരുവരും ചർച്ച ചെയ്തു. കൂടിക്കാഴ്ച അവസാനിക്കുമ്പോൾ അഞ്ചുമണി കഴിഞ്ഞ് പത്ത് മിനുട്ടായിരുന്നു. ഗാന്ധിജി അസ്വസ്ഥനായി. പ്രാർത്ഥനാ സമയം അഞ്ചുമണിക്കാണ്. ഇന്നിത് തെറ്റിയിരിക്കുന്നു. മനുവും ആഭയും ഓർമ്മിപ്പിക്കണമായിരുന്നു.

“ഗാന്ധിജിയുടെ കണ്ണട സൂക്ഷിക്കുന്ന പെട്ടിയും ജപമാലയും നോട്ടുബുക്കും കോളാമ്പിയും മനുബഹൻ എടുത്തുകൊണ്ടുവന്നു. പ്രാർത്ഥനാ മൈതാനിയിലേക്ക് വേഗം നടന്നു. നേരിയ തണുപ്പുള്ള അന്തരീക്ഷമായിരുന്നു. ആഭയുടെയും മനുവിന്റെയും ചുമലിൽ കൈയിട്ട് ഗാന്ധിജി നടക്കുകയാണ്. അദ്ദേഹം മന്ദഹസിക്കുന്നുണ്ടായിരുന്നു. ആളുകൾ ഇരുവശത്തേക്കും മാറി. അദ്ദേഹത്തിന് വഴിയൊരുക്കി. കൈകൾ കൂപ്പിക്കൊണ്ട് അദ്ദേഹം എല്ലാവർക്കും നമസ്കാരം പറഞ്ഞു:

> കാക്കി ജാക്കറ്റിനുമീതെ പച്ചനിറത്തിലുള്ള കോട്ടുധരിച്ച ഒരാൾ പെട്ടെന്ന് ആൾക്കൂട്ടത്തെ വകഞ്ഞുമാറ്റി മുന്നോട്ട് വന്നുകൊണ്ടിരുന്നു. മനുബഹന്റെ കൈവശമുള്ള ജപമാല അയാളുടെ തള്ളലിൽ താഴത്തുവീണു. മനു അതെടുക്കാൻ കുനിഞ്ഞു. കാക്കി ധരിച്ചയാൾ കൈക്കുള്ളിൽ പിസ്റ്റൾ മറച്ചുപിടിച്ചിരുന്നു. ഗാന്ധിജിയെ വണങ്ങാനെന്ന ഭാവത്തിൽ അയാൾ തല കുനിച്ചു. മനു അയാളെ തടയാൻ നോക്കി. പക്ഷേ, മനുവിനെ തട്ടിമാറ്റി അയാൾ നിവർന്നുനിന്ന് ഗാന്ധിജിയുടെ നേർക്ക് വെടിവെച്ചു. മൂന്ന് വെടികൾ പൊട്ടി. ഗാന്ധിജി പുതച്ചിരുന്ന വെള്ളഷാൾ രക്തംകൊണ്ട് ചുവന്നു. ഹേ റാം, എന്ന് ഉച്ചരിച്ചുകൊണ്ട് നിലത്തുവീഴുമ്പോൾ അദ്ദേഹം കൈകൾ കൂപ്പിയിരുന്നു.

(*ഗാന്ധിജിയുടെ അവസാനനാളുകൾ* - എസ് ജയചന്ദ്രൻ നായർ)

നാഥുറാം വിനായക് ഗോഡ്സെയാണ് ഗാന്ധിജിയെ വെടിവെച്ചത്. പൂനയിൽനിന്നും പ്രസിദ്ധീകരിച്ചിരുന്ന *ഹിന്ദു രാഷ്ട്ര* എന്നു പേരുള്ള ദിനപത്രത്തിന്റെ എഡിറ്ററായിരുന്നു ഗോഡ്സെ. വെടിവെച്ച ഉടൻതന്നെ പൊലീസ് അയാളെ പിടികൂടി. റേഡിയോവിലൂടെ ജവഹർലാൽ നെഹ്റു ആ ദാരുണ വാർത്ത ലോകത്തെ അറിയിച്ചു. ആ മഹാദീപം അണഞ്ഞു പോയി.

യമുനാനദിയുടെ തീരത്താണ് ഗാന്ധിജിയുടെ മൃതദേഹം സംസ്കരിച്ചത്. അത് രാജ്ഘട്ട് എന്നറിയപ്പെടുന്നു.

അന്ധകാരത്തിൻ വായിൽ വീണുപോയല്ലോ ലോകം
ഹന്ത നാമത്രയ്ക്കുമേൽ ശപ്തരോ സഖാക്കളെ
പോയല്ലോ നമുക്കുള്ള പൂതമാം പുരാപുണ്യം
ആയല്ലോ നാമിൻമട്ട് നിസ്വരായി അനാഥരായി
കരഞ്ഞാൽ ഫലമെന്ത് കൺമിഴിപ്പതിൻ മുമ്പ്
മറഞ്ഞുവല്ലോ നമ്മെക്കൈവെടിഞ്ഞസ്മൽ ഗുരു
ഉയിരുണ്ടെന്നേയുള്ളൂ ശവങ്ങളായി നമ്മൾ
ഉടലുണ്ടെന്നെയുള്ളൂ പട്ടടപ്പാഴ്ച്ചാമ്പലായി (ഉള്ളൂർ)

9 789387 842861

Printed by Libri Plureos GmbH in Hamburg,
Germany